राजलनीति

टाइम मॅनेजमेंट

कमी वेळेत मिळवा जास्तीत जास्त यश

(विद्यार्थ्यांसाठी वेळेच्या व्यवस्थापनाची विस्तृत माहितीसहीत नवीन आवृत्ती)

राजल गुप्ता

डायमंड बुक्स

www.diamondbook.in

प्रकाशक : डायमंड पॉकेट बुक्स (प्रा.) लि.
X-30, ओखला इंडस्ट्रियल एरिया, फेज–II
नई दिल्ली– 110020
फोन : 011–40712200
ई–मेल : sales@dpb.in
वेबसाइट : www.diamondbook.in

RAJALNEETI : TIME MANAGEMENT (MARATHI)
By : *Rajal Gupta*

अनुक्रमाणिका

भाग-२ विद्यार्थ्यांसाठी टाइममॅनेजमेंट

आपल्या प्रेमाशिवाय हे शक्य नव्हतं

जानेवारी १०१७ मध्ये मी राजलनीति टाइम मॅनेजमेंट लिहायला सुरूवात केली होती, हे पुस्तक लिहिण्यामागचा उद्देश असा होता की, वेळेचे व्यवस्थापन करण्यासंदर्भात अतिशय उपयुक्त माहिती सोप्या भाषेत वाचकापर्यंत पोहचवावी म्हणजे ते कमी वेळेत लवकर यशस्वी होतील. जसे की आपणा सर्वांना माहीत आहे की, पुस्तक लिहिणे किती कठीण काम आहे आणि त्यापेक्षाही जास्त कठीण आहे त्याला लोकप्रिय करणे. माझे असे मत आहे की कोणत्याही पुस्तकाला लोकप्रियता त्यावेळी मिळू शकते, ज्यावेळी वाचकांसाठी ते उपयुक्त असेल.

ही गोष्ट लक्षात घेऊन मी २०१७ मध्ये सखोल अभ्यास आणि चिंतन करून राजलनीति टाइम मॅनेजमेंट वेळेचे व्यवस्थापन या विषयावरील सर्वांत उपयुक्त अशी माहिती समाविष्ट करून प्रयत्न या पुस्तकाला अधिक माहितीपूर्ण पूर्ण केले, त्यावेळी हे पुस्तक केवळ ७६ पृष्ठांचे होते.

सतत चिंतन आणि विस्तार या सिद्धांताने माझ्या जीवनावर जबरदस्त प्रभाव टाकला आहे आणि याला मी आपल्या सरळ भाषेत समजावून सांगू इच्छितो. यासाठी मी सामान्य जगण्यातले सोपी उदाहरणं सांगेल, अलिकडच्या काळात सर्वांकडे आता

मोबाईल फोन आहेत. माझ्याबद्दल सांगायचे झाले तर वारंवार येणारे फोन, यामुळे कामामध्ये निर्माण होणारा अडथळा, म्हणून मी फोन वापरणे टाळत होतो. जे काही असेल, पण वर्ष २०१२ पासून मी फोन वापरायला सुरूवात केली आणि याच वर्षी स्मार्ट फोनही विकत घेतला ज्यात फोन करण्याशिवाय अनेक गोष्टी होत्या, ज्या उपयोगाच्या होत्या. जसे की फोटो काढणे, इंटरनेट असणे, गाणे ऐकता येणे आणि चित्रपट पहाण्यासारख्या अनेक सोयी होत्या. कॉम्प्युटरवर होणारी सर्व कामे मोबइलवरच होऊ लागली. मी खुश होतो, तो चांगले काम करीत होता.

याचा वापर करीत दोन वर्षे निघून गेले. आता तंत्रज्ञान बदलले होते. आता मोबाईल अधिकच गतिमान बनला होता. व्हिडीओ कॉलिंग सारख्या प्रकारात मोबाइलच्या समोरच्या भागात कॅमेरा देखील आला होता. ह्या सर्व सोयी जुन्या फोनमध्ये नव्हत्या आणि आता या आधुनिक फोनचा फायदा घेणेही सुरू झाले.

हळू हळू दोन वर्षे निघून गेले आणि २०१६ लागले. नेहमीप्रमाणे तंत्रज्ञानात वाढ होत चालली होती. २०१४ मध्ये विकत घेतलेल्या फोनमध्ये समस्या ही होती की, याचा डिस्प्ले स्क्रिन लहान होता आणि याची बॅटरी लवकरच कमी व्हायची पण आता २०१६ मध्ये असे तंत्रज्ञान आले होते की ज्यामध्ये डिस्प्ले स्क्रिन मोठे झाले होते. ज्यामध्ये वाचण्या-लिहिण्यासारख्या गोष्टी करता येत होत्या आणि बॅटरी जास्त काळ टिकत होती. फोनला दिवसातून एकदा चार्ज केले तरी चालत होते. याउलट जुन्या फोनला अइनेकदा चार्ज करावे लागायचे.

नेहमीप्रमाणे काळ पुढे सरकला आणि २०१८ उजाडले. तंत्रज्ञानामध्ये आणखी सुधारणा आणि वेग आला होता आणि मला आता अशा फोनच्या संदर्भात माहिती मिळाली होती की त्यात एक पेन ठेवता येत होता ज्याला स्पेन (Spen) म्हणतात. ज्याप्रमाणे आपण पेनाच्या मदतीने कागदावर लिहितो तसेच स्पेनच्या मदतीने आपण मोबाइलवर लिहू शकतो. लेखक असल्याने मला हे फार आवडले आणि मी तो फोन विकत घ्यायचे ठरविले.

२०२० उजडले आहे आणि नेहमीप्रमाणे तंत्रज्ञानात सुधारणा होतच आहे, मोबाइल कंपन्या यामध्ये व्यस्त आहेत की मोबइलमध्येच अधिक सोयी सुविधा कशा देता येतील. ते आणखी काही अशा गोष्टी त्यात समावेश करतील की आपल्याला आपले मोबइल पुन्हा बदलावे लागतील.

ही केवळ मोबाइल कंपन्याचीच गोष्ट नाही तर इलेक्ट्रॉनिक क्षेत्रातील टेलिव्हिजन, लॅपटॉप किंवा मोटार साइकल सारख्या क्षेत्रातील कार इत्याई लोकांना देखील कमीत

कमी पेट्रोलमध्ये किंवा इंधनामध्ये जास्तीत धावणाऱ्या गाड्या तयार करायच्या आहेत. किंवा मेडिकल क्षेत्र घ्या, तिकडे पण लवकरात लवकर आजार बरा करणारी औषधं त्यांना शेधून काढायची आहेत. एकूण काय तर क्षेत्र कोणतेही असो सवगळेजण सर्वोत्तम होण्याकडे निघाले आहेत. आणि हाच नियम वेळेचे व्यवस्थापन या विषयाला देखील लागू असायला हवा. पुस्तकाला प्रकाशित केल्यानंतर मी काही थांबलो नाही, तर त्यात बदल करण्याच्या कामात मी खंड पडू दिला नाही. या विषया संबंधित गोष्टीचा अभ्यास करीत राहिलो. याचा परिणाम असा झाला की वेळेचे व्यवस्थापन या पुस्तकाला लागणाऱ्या गोष्टीची भर टाकून ते आता १६० पृष्टांचे बनले आहे.

ईश्वरकृपेने आता राजलनीति टाइम मॅनेजमेंट हे पुस्तक देश-विदेशातील हजारो वाचकांपर्यंत पोहचले आहे आणि ते वाचल्यानंतर असंख्य वाचकांपैकी मला अशा काही प्रतिक्रिया मिळाल्या आहेत की, वाचकांच्या मतानुसार पुस्तकाची भाषा सोपी, सर्व वयाच्या लोकांसाठी उपयुक्त, विषय समजण्यासाठी सामान्या जीवनातील देण्यात आलेली उदाहरणे, कधीही आणि केव्हाही वाचावे असे १-२ पृष्टांची छोटी छोटी प्रकरणे, यासारख्या गोष्टी राजलनीतिला खास बनवतात. पण सर्वांत महत्त्वाची मिळणारी प्रतिक्रया म्हणजे वेळेच्या संदर्भात त्यांचा बदललेला दृष्टीकोण हा होय. आता त्यांच्या लक्षात आले आहे की, त्यांच्या जीवनात त्यांच्या वेळेचे महत्त्व किती आहे. म्हणून आता ते वेळेच्या संदर्भात अगदीच गंभीर बनले आहेत आणि कमी वेळेत जास्त प्राप्त करण्याच्या कामाला लागले आहेत. हे ऐकूण मला अतिशय आनंद होतो की, मी दिलेला वेळ आणि केलेले परिश्रम याचा लाभ वाचकांना होत आहे. पुस्तक लिहिण्याचा हेतू साध्य झाल्यासारखे वाटत आहे.

या प्रेमासाठी माझ्याकडे सर्वांचे आभार व्यक्त करायला शब्द नाहीत, आपले आभार व्यक्त करण्यासाठी मी या नवीन आवृत्तीमध्ये राजलनीति टाइम मॅनेजमेंट या पुस्तकाला अधिकच उपयोगी बनवण्याचा प्रयत्न केला आहे. यामध्ये नवीन ५० पृष्टांचे स्वतंत्र प्रकरण 'विद्यार्थ्यांसाठी टाइम मॅमेजमेंट' या स्वतंत्र नावाने समाविष्ट केले आहे. यात विद्यार्थ्यांसाठी वेळेच्या व्यवस्थापाना संदर्भात काही गोष्टी सांगितलेल्या आहेत. हे पुस्तक आता इंग्रजी, हिंदी, मराठी, गुजराती, ओडिया अणि बंगला भाषेतही उपलब्ध आहे. ही प्रेरणा मला डायमंड ग्रुपचे चेअरमन आदरणीय श्री नरेंद्र कुमार वर्माजी यांच्याकडून मिळालेली आहे. मला म्हणूनच त्यांचेही अगदीच मनापासून आभार व्यक्त करायचे आहेत.

विद्यार्थ्यी आपल्या देशाचे भविष्य आहेत आणि त्यांनी जर त्यांच्याकडील वेळेचा सदुपयोग केला तर आपल्या देशाचे भविष्य उज्ज्वल असेल. हीच अपेक्षा ठेवून मी

राजलनीति टाइम मॅनेजमेंट मध्ये 'विद्यार्थ्यासाठी टाइम मॅनेजमेंट' हा भाग समाविष्ट करीत आहे.

विद्यार्थी जीवन तसे खूप दीर्घ असते ज्याची सुरूवात प्राइमरी स्कुलपासून होते आणि हाइस्कुल, इंटर, ग्रॅज्युएशन आणि त्यांनतरचाही प्रवास असतो. मी असा प्रयत्न केला आहे की 'विद्यार्थ्यांसाठी टाइम मॅनेजमेंट' या भागात सर्व वर्गातील विद्यार्थ्यांना काहीना काही उपयुक्त माहिती मिळावी असा माझा प्रयत्न आहे.

'विद्यार्थ्यासाठी टाइम मॅनेजमेंट' भाग सामाविष्ट केल्यांनतर मला असे वाटते की 'राजलनीति टाइम मॅनेजमेंट' आता सर्व वयाच्या लोकांना उपयोगी पडेल असे झाले आहे.

ज्यावेळी मी राजलनीति टाइम मॅनेजमेंट लिहित होतो, त्यावेळी या गोष्टीचे अजिबात भान नव्हते की हे पुस्तक इतक्या दूरचा प्रवास करील, ही ईश्वराचीच कृपाच म्हणावी की वाचकांचे प्रेम, परिवार, मित्रमंडळी, शुभचिंतक व प्रत्येक असा एक व्यक्ती ज्याने या पुस्तकाच्या लेखनात प्रत्यक्ष किंवा अप्रत्यक्ष स्वरूपात योगदान दिले आहे. आपल्या सर्वांच्या प्रेमाच्या परिणामुळेच राजलनीति टाइम मॅनेजमेंटचा हा प्रवास होऊ शकला. आपल्या याच प्रेमाचा परिणाम आहे की हे पुस्तक आता इतर भाषेतही अनुवादीत होत आहे. मी आपल्या सर्वांचे मनापासून आभार व्यक्त करतो आणि शब्द देतो की या पुस्तकासोबत इतर पुस्तकात देखील उपयोगी पडेल अशी सतत भर घालण्यासाठी परिश्रम घेत राहिल. आपल्याकडून सदा मिळणारे प्रेमच माझी प्रेरणा आहे आणि यातूनच मला पुढे काही करण्याची शक्ती मिळते. तुम्ही मला यु-ट्यूब, फेसबुक, इंस्टाग्राम, ट्वीटर इत्यादी माध्यमाद्वारे संपर्क करू शकता.

राजलनीति टाइम मॅनेजमेंट वाचण्यासाठी धन्यवाद, मी ईश्वराकडे आपल्या उज्ज्वल भविष्यासाठी कामना करतो, पुन्हा एकदा मनापासून खूप खूप आभार...

राजल

खालील माध्यमाद्वारे मला भेटा.

Youtube : www.youtube.com/rajalneeti

Facebook : www.facebook.com/rajalneeti

Twitter : www.twitter.com/rajalneeti

Instagram : www.instagram.com/rajalneeti

प्रस्तावणा

मनुष्य ईश्वराची सर्वोच्चत्तम कलाकृती आहे आणि म्हणूनच तो या पृथ्वीवर वास्तव्य करणारा सर्वश्रेष्ठ प्राणि आहे. मनुष्य म्हणून जन्माला येणे ही गोष्टा मोठी दूर्लभ आहे. आणि जर मनुष्य होण्याची संधी मिळालीच असेल तर त्याचा लाभ घ्यायला विसरू नये. आपण आपल्या जीवनाचा लाभ त्यावेळी घेऊ शकतो, ज्यावेळी आपण वेळेचा उपयोग घेऊ कारण जीवन बनते ते आपण जो एकूण वेळ घालवतो त्याचे. असे म्हणणे चुकीचे होणार नाही की वेळच जीवन आहे. परंतु दुर्देवाने अनेकजण वेळेचा पाहिजे तसा उपयोग करीत नाहीत, आणि हे लक्षात आलेच तर वेळ उरलेला नसतो. या जगात माणसांचे विविध आकार- प्रकार बनवले आहेत पण सर्वांसाठी वेळ आहे तो २४ तास इतकाच. जे वेळेचा उपयोग करतात ते काही ना काही प्रमाणात त्या मोबदल्यात प्राप्त करतात. आणि थोडाही वेळ वापरात आणत नाहीत त्यांच्या वाट्यालाही काहीच येत नाही.

हे पुस्तक लिहिण्याचे कारणही हेच आहे की वाचकांनी वेळेचे महत्त्व समजून घ्यावे आणि त्याचा सदुपयोग करावा. वेळ जी आपल्या जीवनातली अतिमहत्त्वाची बाब

आहे, तिचा जर आपण विचारपूर्वक आपले उद्दिष्ट साध्य करण्याच्या दिशेने उपयोग केला तर आपले जीवन अत्यंत आनंददायक असेल आणि आपली ओळख आपल्या क्षेत्रातील अत्यंत यशस्वी व्यक्ती म्हणून होइल आणि जर आपण असे नाही केले तर तुम्हाला अंधारमय जीवन जगण्यापासून कोणीही परावृत्त करू शकणार नाही.

यशस्वी लोक ते आहेत जे आपल्याकडील वेळेचा सदुपयोग करतात. तुम्ही जर यशस्वी लोकांच्या कथा वाचल्या तर लक्षात येईल की त्यांनी वेळेचा सदुपयोग करण्यापलिकडे दुसरे काहीच केले नाही.

१०० वर्षापेक्षा जास्त काळ लोटला आहे. ज्यावेळी प्रथमच जबलपूर शहरात आमच्या पूर्वजांनी घड्याळच्या व्यवसायाला सुरूवात केली होती. घड्याळ जी वेळ सांगते. वेळ म्हणजे जगभरातील सर्वोत्तम गोष्ट. संपत्ती, व्यक्ती, पद इत्यादी किंवा दुसरी कोणतीही गोष्ट काळाला नियत्रित नाही करू शकत. हे सगळे काळापुढे पराभूत होतात. सोप्या शब्दात सांगायचे झाले तर काळाला कोणी रोखू शकत नाही. परंतु त्याचा उपयोग मात्र विचारपूर्वक किंवा ठरवून आवश्यक करू शकता.

माझे शिक्षण चालू होते, वडिलोपार्जीत घड्याळाचा व्यवसाय सांभाळत मला माझी इतर कामेही करावी लागत होती. सोबत आरजी टेक एज्युकेशन नावाची संस्था चालवणे आणि हे सगळे एकाच वेळी म्हणूनच मोठे आव्हानात्मक होतं. वाढत्या जबाबदाऱ्या आणि वेळ मात्र तितकाच मोजका म्हणून कमी वेळेत जास्त काम कसं करता येईल याचा मी अभ्यास करायचं ठरवलं. अनेक महिने व्यवस्थापन या विषयावर मला जे काही शोधता आलं, ते माझ्या सोयीसाठी एकत्र केलं. या विचारांना/तंत्राला उपयोगात आणल्यानंतर माझे जीवन केवळ सोपेच झाले नाही तर कमी वेळेत जास्त कामे होऊ लागली. आज माझ्याकडे ९ डिग्रीज /सर्टीफिकीट आहेत, ज्यात LL\B.,PGMC(JOURNALISM), MBA, B LEVEL (MCA) सारख्या ४ प्रोफेशनल डिग्रीज देखील आहेत. ज्यामुळे कठोर मेहनती सोबत माझ्याकडील वेळेचे उत्तम व्यवस्थापन देखील आहे.

राजलनीति टाइम मॅनेजमेंटच्या माध्यमातून माझी अनेक वर्षांची मेहनत तुमच्या समोर ठेवत आहे. मला आशा आहे की या माहितीचा मला जितका फायदा झाला तितकाच तुमचाही होइल.

हे पुस्तक वाचल्याबद्दल धन्यााद

तुम्हाला उज्ज्वल भविष्याच्या शुभेच्छा

स्व. राधेशाम गुप्तजींचा पोत्र- **'राजल'**

लेखकाच्या संदर्भात

'राजल'

शिक्षण

- B.COM DIGVIJAY NATH POST GRADUATE COLLEGE (AFFILATED TO DEEN DAYAL UPADHAYAY GORKHPUR UNIVERSITY,GORKHPUR
- B.C.A (ALAGAPPA UNIVERSITY, KARAIKUDI, TAMILNADU)
- A LEVEL (P.G.D.C.A.)NIELIT FORMERLY DOEACC, NEW DELHI)
- LL.B (ST ANDREWS COLLEGE, GORKHPUR)
- P.G.J.M.C.(JARNALISM IGNOU, NEW DELHI)
- P.G.D.B.A. (HUMAN RESOURSE MANAGEMENT) SYMBIOSIS CENTRE FOR DISTANCE LEARNING, PUNE)
- C.S.S.P. (NIELIT (FORMERLY DOEACC)
- C.S.S.A. (NIELIT (FORMERLY DOEACC)

राजल एक प्रेरक/आत्म साह्यता पुस्तकाचे लेखक व वक्ता आहेत. रालजलनीति टाइम मॅनेजमेंटला उत्तरप्रदेशचे माननीय मुख्यमंत्री श्री योगी आदित्यनाथजीने प्रकाशित केले आहे तर माननीय राष्ट्रपतीजी श्री वैकंया नायडूजीने शुभेच्छा दिलले पुस्तक आहे. राजलनीति या मालीकेतील आणखी एका पुस्तकाला तात्कालीन राज्यपाल श्री नाइक यांच्याहस्ते प्रकाशित करण्याची देखील संधी मिळाली. राजलनीति-१पुस्तकाचे पहिले प्रकरण मुले अडचणीत असतील तर आईच कामाला येते' या प्रकरणाला इंटरनेटवर पाच लाख लोकांनी वाचले व कौतूक केले आहे.

राजलचा जन्म एका व्यावसायीक कुटुंबात झालेला होता. त्यांचे आजोबा शहरातील एक नामाकीत आणि सरळ व्यक्ती म्हणून परिचित होते. बालपणापासूनच सर्वांना असे वाटत होते की, राजलमध्ये कसल्याहीप्रकारची प्रतिभा नाही आहे. कारण कोणत्याही क्षेत्रात त्यांनी कोणतीही विशेष कामगिरी केलेले नव्हती. त्यामुळे सर्वांची खात्री झाली होती ते जीवनात फारसं काही करू शकणार नाहीत. असे असले तरी त्यांच्या आजोबाचा त्यांचावर जीव होता, त्यांच्या अपयशाने अथवा यशाने आजोबाच्या प्रेमात काही फरक पडणार नव्हता. इतकेच नाही तर त्यांनीच त्यांना ते काही करू शकतात याची जाणीव करून दिली. त्यांच्या प्रेरणेणेच त्यांनी ६ वी नापास झाल्यापासून ९ डिग्रीज मिळेपर्यंतचा प्रवास पूर्ण केला. हजारो विद्याार्थ्यांना मार्गदर्शन केले. आज ते आपल्या यशाचे श्रेय त्यांचे आजोबा स्व. राधेश्याम गुप्त यानां देतात. परंतु त्यांना एका गोष्टी वाईट वाटते की त्यांचे यश पहायला आता आजोबा नाही आहेत पण ते ज्या ठिकाणी असतील निश्चितच ते त्यांचे यश पाहून खूश होतील की त्यांच्याकडून आजोबाच्या ज्या अपेक्षा होत्या त्या काही प्रमाणात ते पूर्ण करू शकले होते.

राजलनीति पुस्तकात आपण शिकाल की 'यशस्वी लोकांनी केवळ वेळेचा उपयोग केला म्हणूनच ते यशस्वी होऊ शकले.' या जगात अनेक प्रकारची माणसं ईश्वराने निर्माण केली असली तरी एक समान गोष्टही त्याने निर्माण केली आहे आणि ती म्हणजे वेळ. तरी पण असे काय होते की काही माणसं फार प्रगती करतात आणि काहीजण त्याच ठिकाणी रहातात. रालजनीति टाइम मॅनेंजमेट वाचा आणि समजून घ्या की माणसं आपल्या वेळेचा कसा उपयोग करतात आणि गर्दीतून सगळयांच्या पुढे निघून जातात.

- समजून घ्या आपल्या वेळेचा सर्वांत चांगला उपयोग.
- दररोज करण्यात येणाऱ्या कामाची यादी बनवा कशी बनवाल ?

- योजना आणि तयारी कशी आपल्याला यश मिळवून देते ?
- समजून घ्या जे काम गोडबोलून होते त्यासाठी तलवार वापरण्याची गरज नाही.
- समजून घ्या हार्ड वर्क (कठोर परिश्रम) चागंलेच आहे पण स्मार्टवर्क बुद्धिचा वापर करून करण्यात येणारे काम) त्यापेक्षा चांगले आहे.
- विद्यार्थ्यांसाठी वेळेचे व्यवस्थापन संबंधी विशेष टिप्स.

वेळेच व्यवस्थापन करूनच राजलने ९ डिग्री प्रमाणपत्र मिळवले आहे ज्यात LL.B, PGJMC (JOURNALISM),PGDBA, (MBA)B LEVEL (MCA) सारख्या ४ प्रोफेशनल डिग्रीजचा समावेश आहे. राजलनीति टाइम मॅनेजमेंट पुस्तकाच्या माध्यमातून ते आपल्या वेळेच्या व्यवस्थानासंबंधी माहितीला आणि त्यातील संशोधनाला आपल्या समोर ठेवतात.

प्रकरण-१

आपले भविष्य यावर अवलंबून आहे की तुम्ही तुमच्या वेळेचा वर्तमानात कसा उपयोग केला.

आपले लक्ष उत्पादक होण्यावर खर्च करा व्यस्त रहाण्यावर नाही- टम फेरिस

आगामी काळात आपले भविष्य अगदीच उज्ज्वल आणि शानदार असेल पण हे या गोष्टीवर अवलंबून आहे की आपण आपल्या वेळेचा आजपर्यंत कसा उपयोग केला. इथे आपण एका ३० वर्षाच्या जळया बंधुची कथा पहाणार आहोत, जे एकाच आई-वडिलाच्या पोटी जन्मले, चेहरा, उंची, सगळं काही सारखं पण आज त्यांची परिस्थिती अगदीच भिन्न आहे. एकाने भारतातील नामाकित कॉलेजमध्ये इंजिनिअरची डिग्री मिळवली आहे, तो एका मोठ्या कंपनीत चांगल्या पदावर कार्यरत आहे आणि त्याचा दुसरा भाऊ अद्यापही संघर्ष करीत आहे. शेवटी असे का ?

कारण की त्याने १२ वी नंतर आपला सर्व वेळ मौज मजा करण्यात आणि रिकाम्या लोकासोबत हिडण्या फिरण्यात वाया घालवला. पहाता पहाता कधी दहा

बारा वर्षे निघून गेले, त्यालाही समजले नाही. आता त्याला कळत नाही की करावं तर काय करावं ? ३० वर्षाच्या वयात पुन्हा शिक्षण घ्यावे की लहान मोठे काम करावे ?

या कथेवरून तुमच्या एक गोष्ट लक्षात आले असेल की वेळ वाया घालविल्याने काय होते आणि उपयोग केल्याने काय होते. समजदार ते व्यक्ती असतात जे दुसऱ्यापासून काही तरी शिकतात. तर चला आपण या कथेपासून मिळालेला बोध घेऊ आणि आपल्यावर त्या दुसऱ्या जुळया भावासारखी वेळ येणार नाही याची काळजी घेऊया. आधी त्याने वेळ वाया घालवला नंतर वेळेने त्याला वाया घालविले.

वेळेच्या व्यवस्थापनासंबंधी काही उपयोगाच्या गोष्टी :-

- स्वतःचे अवलोकन करा आणि तपासून पहा की वर्तमानात तुम्ही कोठे आहात. काय तुम्हाला जे बनायचे होते ते तुम्ही बनले आहात ? काय तुम्ही तुमचे काही दिवस वाया घालवले होते, त्याचा उपयोग केला नव्हता. असे असेल तर ती चुक पुन्हा करू नका आणि आतापासूनच वेळेचा उपयोग करायला सुरूवात करा.

- तुम्ही दररोज किती तास टी. व्ही पहाता ? मनोरंजनाचा वेळ कमी करून त्याला उत्पादक वेळ कसा करता येईल ते पहा.

प्रकरण-२

समजून घ्या आपल्या वेळेचा सर्वांत चांगला उपयोग.

तुम्हाला जर तुमच्या वेळेचा भरपूर उपयोग करायचा असेल तर त्यासाठी तुम्हाला समजून घ्यावे लागेल की त्यासाठी काय करावे लागेल ते. त्यांनतर ते काम करायला तुम्ही स्वतःला झोकून द्याल. - ली आयाकोका

रस्त्यावर खूप सारे पैसे पडलेले आहेत ज्यात १,२,५,१० चे नाणे आहेत आणि १०,२०,५००, २००० च्या नोटा देखील. दोन मित्र घाई घाईने ते पैस गोळा करू लागतात. यासाठी की दुसऱ्या कोणाच्या हाती ते पैसे लागू नयेत. पहिला मित्र केवळ नाणे उचलू लागला आहे तर दुसरा केवळ नोटा. काय तुम्ही सांगू शकाल की कोणाकडे जास्त पैसे असतील ? कोणता मित्र समजदारी वापरून काम करू लागला आहे ?

(हे एक काल्पनीक उदाहरण आहे जे केवळ उदाहरण म्हणून देण्यात आले आहे) समजायला आणि उत्तर द्यायला सोपे जावे म्हणून पण तुम्ही म्हणाल की हे तर कोणी

लहान मूलही सांगू शकेल की नाणे उचलणारा मूर्ख होता आणि नोटा उचलणारा शहाणा. परंतु आपल्या जीवनात आपण नाणे उचलणाऱ्या मित्राप्रमाणेच आपला वेळ वाया घालवत असतो. म्हणजे किमती वेळ आपण कमी महत्त्वाच्या गोष्टी करण्यसाठी उपयोगात आणतो. हाच वेळ आपण महत्त्वाची कामे करण्यात खर्च करू शकत होतो. म्हणजे ज्याचा परिणाम चांगला झाला असता. माझ्या बाबतीत म्हणाल तर पुस्तक लिहिण्यासाठी वेळ घालविणे माझ्यासाठी अत्यंत महत्त्वाचा वेळ असतो आणि यासाठी मी माझा जास्त वेळ दिला पाहिजे.

जसे की आपण जाणतो या जगात कोणीही अमर नाही आहे. आपल्या सर्वांकडे एक ठरलेली वेळ आहे. प्रत्येक धर्मात हेच सांगण्यात आलेले आहे मनुष्याचा जन्म काही विशेष कारणासाठी झालेला आहे आणि प्रत्येक मनुष्याचे कर्तव्यच आहे की ईश्वराने त्याच्यावर सोपलेले काम त्याने न चुकता पूर्ण करावे.

सोप्या शब्दात सांगायचे झाले तर आपला जास्तीत जास्त वेळ फक्त आणि फक्त त्याच कामासाठी खर्च करा जे काम तुम्हाला महत्त्वाचे वाटते. उदाहरण द्यायचे झाले तर एका खेळाडूने काय करायला हवे तर त्या खेळाचे नियम समजून घ्यावेत, खेळासंबंधी सर्व माहिती मिळवावी आणि त्यात तरबेज व्हावं. तसेच कोणी विद्यार्थी असेल तर त्याने केवळ अभ्यास आणि जास्त मार्क्स कसे मिळतील हेच पहायला हवे.

अगदी असेच एखाद्या डॉक्टरने मेडिकल क्षेत्रात होत असलेल्या नवीन नवीन संशोधनाचा अभ्यास करून स्वतःला अद्ययावत ठेवायला हवे. मग तुम्ही विद्यार्थी असा किंवा व्यावसायीक, इंजिनिअर किंवा वकील, तुम्ही आज जे काही आहात किंवा जे काही करत आहात, तुम्हाला ते काम कमी वेळेत आणि चांगल्या पद्धतीने कसे करायचे ते शिकावे लागेल आणि त्यासाठी तुम्हाला वेळेचे चांगले व्यवस्थापन करावे लागेल. यशस्वी लोक तेच आहेत जे त्यांच्याकडील वेळेचा सदुपयोग करतात आणि ते स्वयं-शिस्त बाळगून केवळ महत्त्वपूर्ण काम करतात.

वेळच्या व्यवस्थापना संदर्भात उपयोगी पडणाऱ्या बाबी :-

- समजून घ्या काय गरजेचे आहे आणि काय गरजेचे नाही?

एका समजदार व्यक्तीने समजून घ्यायला हवे की त्यासाठी काय गरजेचे आहे आणि काय गरजेचे नाही. विलफ्रेड परेटों यांनी एक सिद्धांत मांडला होता ज्याला आपण परेटों प्रिंसिपल देखील म्हणतो, या सिद्धांतानुसार कोणत्याही मोठ्या

यशासाठी ८० टक्के परिणाम त्याच्या २० टक्के कार्यातच लपलेले असते जे ८० टक्के परिणामाइतके असते. अशापद्धतीने ते कमी वेळेत फार पुढे जातात. याउलट अपयशी लोक ८० टक्के कामातच गुंतलेले असतात. यासाठी आपल्या शाळेतील परिक्षेचे उदाहरण सांगणे ठीक होइल. परिक्षेत ५ मार्क्ससाठी पण प्रश्न असतात आणि २० मार्क्ससाठी देखील. समजदार विद्यार्थी २० मार्क्स मिळविण्यासाठीच आपला वेळ घालवत असतात. कारण असे करून त्यांना जास्त मार्क्स मिळत असतात. असे करून पाच मार्क्सचे प्रश्न नाही सोडवले तरी चालत होते. महत्त्वाचा मुद्दा असा की त्यांनी जास्त परिणाम देणाऱ्या गोष्टी प्रथम केल्या.

- आजही आपल्याला काही करायचे असेल तर या प्रश्नाचे उत्तर आवश्य द्या : काय हा माझ्या वेळेचा सर्वोत्तम उपयोग आहे आणि हे काम केल्याने माझ्या भविष्यावर याचा काय परिणाम होइल ? तेच काम करा जे तुमचे भविष्य उज्जवल करणार आहे कारण की यशस्वी लोक तेच करतात, तर अपयशी माणसं भूतकाळातील चुका आणि गरजेच्या नसलेल्या गोष्टी करण्यात आपला वेळ घालवतात.

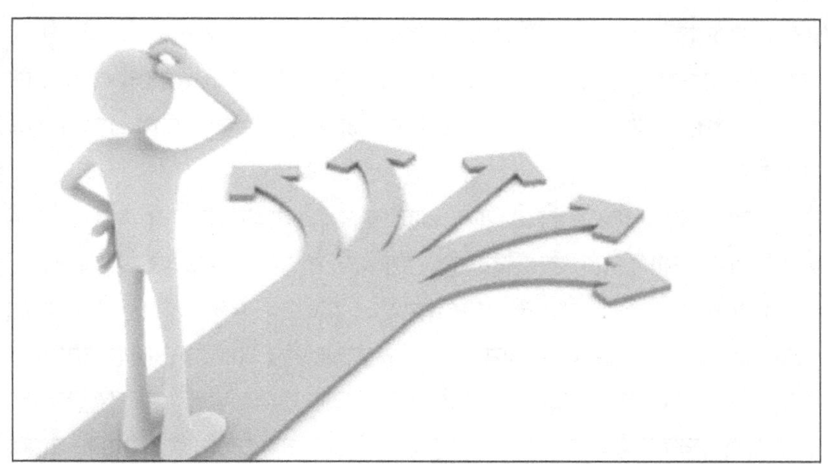

प्रकरण- ३

कोणते काम केल्या जावे ?

जोपर्यंत आपण आपल्या वेळेचे काय करायचे हे ठरवत नाही तोपर्यंत आपण काहीच ठरवत नाही. -पीटर ड्रकर

एक व्यक्ती रेल्वेचे तिकीट काढण्यासाठी तासापासून रांगेत उभा आहे. जसाही त्याचा नंबर येतो, तिकीट काऊंटरवर असलेला व्यक्ती त्याला विचारतो, 'कोणत्या ठिकाणचे तिकीट देवू ?' उत्तर मिळतं 'सांगता येणार नाही.'

तुम्ही म्हणू शकाल की काय मूर्ख माणूस आहे, कोठे जायचे आहे हे माहित नसेल तर तो रांगेत उभाच कशाला होता इतक्या वेळेपासून ? अशीच आवस्था आहे अनेक लोकांची की काय काम करायचे आहे हेच त्यांना माहीत नाही.

मी शाकाहारी असल्याने माझा प्रयत्न असतो की केवळ शाकाहारी हॉटेलमध्येच जेवन करावे. हे समजण्यासाठी मी एक काल्पनीक उदाहरण देतो. एक दिवशी मी एका माझ्या आवडीच्या हॉटेलमध्ये गेलो जिथे २०० पेक्षा जास्त प्रकारचे वेगवेगळे

पदार्थ मिळतात. आज त्या हॉटेलच्या मालकाकडून मला एक प्रस्ताव मिळतो की मी त्या हॉटेलचा फार जुना ग्राहक असल्याने ते मला त्यांच्याकडील २०० पदार्थ खाण्यासाठी देणार आहेत, ते पण मोफत. पण अट एकच आहे की ते सर्व पदार्थ आजच खावे लागतील.

तुम्हाला काय वाटते की हे शक्य आहे काय की एका दिवसात २०० पदार्थ कोणी खाईल आणि तेही एका दिवसात. मग भले ते मोफत मिळणार असले तरी ?

याचाच अर्थ असा की एक व्यक्ती जर एका दिवसात २०० पदार्थ तेही मोफत मिळत असले तरी खाऊ शकत नसेल तर एक व्यक्ती एका जीवनात अनेक कामं कशी करू शकेल, जरी त्याची इच्छा असली तरी. काय एकच व्यक्ती डॉक्टर, वकील, इंजिनिअर, व्यवसायीक उद्योगपती बनू शकतो, ते पण एकाचवेळी आणि एकाच जीवनात. उत्तर आहे-नाही.

आपल्या समोर समस्या अशी आहे की आपल्यासमोर कामाचा जो काही पर्याय ठेवला जातो त्याचा आपण स्वीकार करतो. काय करायचे आहे, कधी करायचे आहे, कसे करायचे आहे, कोणते काम करायला सांगण्यात येऊ शकतात, हे आपल्याला माहितही नसतं. इथे जीवन उद्देश महत्त्वाचा समजला जातो. सोप्या भाषेत ज्याला आपण जीवनाचा उद्देश असे म्हणतो. म्हणून आपण आपला किमती वेळ ते प्राप्त करण्यासाठीच उपयोगात आणायला हवा, त्यासाठीच्या योजना आणि प्रयत्नात.

सर्वप्रथम ठरवा की आपल्याला काय करायचे आहे आणि आपण ते कसे चांगल्या पद्धातीने करू शकतो, ते पण कमीत कमी वेळेत. आपल्याला उद्देश ठरवावा लागेल. काही उद्देश स्वतःपुरते असतील, काही आपल्या व्यावसायाच्या संदर्भात, काही परिवाराच्या संदर्भात किंवा करिअरच्या संदर्भात.

तुम्ही जर विद्यार्थी असाल तर परिक्षेत तेच प्रश्न प्रथम सोडवा ज्याची उत्तरे तुम्हाला येतात आणि आपला किमती वेळ अशा प्रश्नासाठी द्या जे सोडवल्यावर तुम्हाला जास्त मार्क्स मिळतील.

वेळेच्या व्यवस्थापना संदर्भात उपयोगी पडणाऱ्या बाबी :-

- आपल्या जीवनाबद्दल काही ठरवलेच नसेल तर आपण आपल्या वेळेचे काय करायचे हे कसे ठरवू शकणार ? म्हणून त्या महत्त्वूपर्ण प्रश्नाची माहिती आपल्याला असायला हवी.

१. आपला उद्देश काय आहे ? (आपला उद्देश स्वत:पुरता किंवा कुटुंबापुरता किंवा सामाजिकही असू शकतो)

२. जर तुम्हाला १ करोड देण्यात आले तर तुम्ही त्या पैशाचा उपयोग कसा करू शकाल ? कोणते काम तुम्ही करू शकणार आणि कोणती कामे इतरांवर सोपवणार ?

३. तुमच्याकडे जीवनातले शेवटचे ६ महिनेच उरले असतील तर तुम्ही काय कराल ?

४. जर तुम्हाला माहीत झाले की जीवनात तुम्ही तुम्हाला पाहिजे ते करू शकता आणि ते करण्यापासून तुम्हाला कोणीही रोखू शकणार नाही तर तुम्ही काय कराल ?

प्रकरण-४

कोणतेही काम एका दमात करा

आपल्याला वाटते की आपल्याकडे खूप वेळ आहे आणि हीच समस्या आहे
-बुद्ध

मी माझा बराच वेळ क्रिकेटच्या मॅच पहाण्यात वाया घालवला आहे. पण माझ्या असे लक्षात आले की ज्या बल्लेबाजांनी चांगले फटकेबाजी केली होती ते खेळाडू चहा पाण्यासाठीच्या मध्यतरांनतर विचलित झाले आणि नंतर ते चांगले खेळू शकले नाहीत.

वेळेचा उपयोग सर्वात महत्त्वाचं काम करण्यासाठी करा आणि तोपर्यंत मागे हटू नका जोपर्यंत काम पूर्ण होत नाही.

माझ्या असे लक्षात आले आहे की, अनेकजण काम तर हातात घेतात पण ते मध्येच सोडून लगेच दुसरे काम सुरू करतात. त्यामुळे होते काय की काम तर होतच नाही पण वेळ कितीतरी जास्त वाया गेलेला असतो.

हे चांगले होईल की ज्यावेळी आपण एखादे काम होती घेतो त्यावेळी स्वतःला इतके स्वयंशासीत करा की जोपर्यंत ते काम पूर्ण होणार नाही तोपर्यंत कोणतेही काम हाती घेणार नाही. ज्यावेळी तुम्ही एकाच कामावर लक्ष केंद्रीत करता त्यावेळी त्या कामाला लागणारा वेळही कमी लागतो.

मी अनेक लोकांच्या आत्मकथा वाचल्या असून मला असे आढळून आले आहे की ते त्यांच्या जीवनात खूप स्वयं-शासीत होते कारण काय महत्त्वाचं आहे हे त्यांना माहीत होतं. त्यांची इच्छा असो अथा नसो पण ते, ते काम पूर्ण केल्याशिवाय शांत बसत नसत. त्यावरच आपलं भविष्य अवलंबून आहे हे त्यांना माहीत होतं.

असे म्हणतात की हजारो किमीचा प्रवास एका पाऊलाने सुरू होतो म्हणून पहिले पाऊल उचला आणि तोपर्यंत थांबू नका जोपर्यंत ते ठिकाण येत नाही.

वेळेच्या व्यवस्थापना संदर्भात उपयोगी पडणाऱ्या बाबी :-

- विद्यार्थी असताना माझ्या असे लक्षात आले आहे की ज्यावेळी आपण लिहायला किंवा वाचायला सुरूवात करतो त्यावेळी सुरूवातीची १०-१५ मिनिटे तर एकाग्र होण्यातच जातात. प्रयत्न करा की ज्यावेळी अभ्यास करायला बसाल त्यावेळी दोन अडीच तास कसल्याही अडथळयाशिवाय उठणार नाही याची काळजी घ्या. असे करणे कठीण आहे पण हे फारच उपयोगाचे आहे असे माझ्या लक्षात आले आहे.

- एकाग्रताः यशस्वी माणसं तेच काम हाती घेतात जे जास्त परिणाम देणार असतं आणि ते तोपर्यंत करीत रहातात जोपर्यंत ते पूर्ण होत नाही कारण एक काम होती घेणे, ते ठेवून देणे पुन्हा दुसरेच काहीतरी करणे, असे करून आपण आपला पाचपट वेळ वाया घालवत असतो. असे एका पहाणीत समोर आले आहे.

- काही महत्त्वाचं करण्यापुर्वी एकाग्रता महत्त्वाची असते.

प्रकरण-५

दररोज करण्यात येणाऱ्या कामाची यादी बनवा

गेलेली वेळ कधी परत येत नाही- बेंजामिन फ्रँकलिन

आमच्या वडिलोपार्जित घडीच्या धंद्याला १०० वर्षापेक्षा जास्त काळ झाला आहे, मी माझ्या लहनपणीचा खूप सारा वेळ आमच्या घडाळाच्या दुकानावर आणि आजोबा सोबत घालवला आहे. ज्यावेळी एखादे घड्याळ विकल्या गेले त्यावेळी ते घड्याळाचे नाव लिहून घ्यायचे आणि एक यादी तयार करायचे की कोणत्या घड्याळी किती प्रमाणात मागवायच्या आहेत. हे काम ते एकाच दिवशी नाही तर असं त्यांचं प्रत्येक आठवडा चालायचं आणि शेवटी एक ऑर्डर दिल्या जायची. मी त्यांना विचारले की ते असं काय करीत आहेत, तर त्यांनी मलाच विचारले की सांग काल कोण कोणत्या घड्याळी विकल्या गेल्या होत्या ? विकल्या असतील ३०-४० पण मला त्यांच्या कंपनीचे नाव सांगता येणार नाही.

यावर ते म्हणाले पहा, तू तरूण आहेस पण तुला कालचा हिशोब सांगता येत नाही, मी तर म्हतारा आहे. मी आठवडा किंवा वर्षभराचा हिशोब कसा लक्षात ठेवणार ? काही गडबड होणार नाही आणि सगळं कसं व्यवस्थीत रहावे म्हणून मी लिहून घेतो.

यादी करण हा प्रकार आमच्या घरी केवळ दुकानासाठीच केल्या जात नव्हता, तर असेच काम माझी आई आणि आजी पण करीत असते. बाजारातून काय काय आणायचे याची यादी बनवताना मी पाहिले आहे. छोट्या छोट्या गोष्टी जसे की भाजीपाला, यासाठी पण ते यादी बनवणे हा प्रकार उपयोगात आणतात. सोबतच कर्मचाऱ्यांचा हिशोब ठेवण्यासाठी देखील त्यांच्याकडे वेगळी नोंद वही आहे. आपला मेंदू म्हणजे ईश्वराने दिलेली कमालीची गोष्ट आहे. परंतु हे खरे आहे की लहान लहान गोष्टी लक्षात ठेवण्यासाठी लिहून घेण या सारखा उपयागाचा प्रकार नाही. म्हणून जी काही कामं तुम्हाला करायची आहेत त्याची यादी बनवा, त्यांनतर त्याचा क्रम लावा, कोणते काम आधी केले पाहिजे, कोणते काम त्यांनतर, याची एक क्रमवारी तयार करा आणि हे पण ठरवा की कोणते काम अजिबातच करायचे नाही आहे.

दररोज काय करायचे हेच आपयाला माहीत नसेल तर आपण जीवनाला नाही जीवन आपल्याला चालवत आहे, असा त्याचा अर्थ होइल.

दररोज काय करायचे हे जर आपल्याला माहीत असेल तर यामुळे केवळ आपली कामेच वेळेवर होणार नाहीत तर आपण इतरांच्या तुलनेत फार प्रगती करू. यादी तयार करून काम करण्याची सवय लागली तर टाळाटाळा करण्याची आपली सवय देखील कमी होइल. माझा अनुभव आहे की यादीमधील एक एक काम पूर्ण केल्यावर यादीतून ते ज्यावेळी काढून टाकतो, त्यावेळी एक प्रकारचा आनंद तर मिळतोच पण आत्मविश्वासही वाढतो. आजचे काम राहून गेले असेल तर ते उद्याच्या यादीत त्याचा क्रम असू द्या.

असे करण्यात आपण तरबेज झाल्यावर पुढे आठवड्याची किंवा महिण्याची यादी तयार करून ठेवा.

वेळेच्या व्यवस्थापना संदर्भात उपयोगी पडणाऱ्या बाबी :-

- जे काही करायचे आहे ते लिहून घ्या आणि व्यवस्थीत करा. काय करायचे आहे, कसे करायचे आहे आणि कोणत्या क्रमाणे करायचे आहे. एका पहाणीत असे

आढळून आले आहे की असे व्यक्ती, ज्याच्याकडे लिखित उद्देश आहे आणि या लिखित उद्देशानुसारच त्याने काम केले तर असा व्यक्ती यशस्वी होण्याची शक्यता किमान ५० पटीने जास्त वाढते.

- यादी तयार करा, उद्याच्या कामाची यादी आपण आजच किवा झोपण्यापुर्वी केली तर उत्तमच. कारण की झोपल्यावर आपला अचेतन मेंदू ती कामं कशी करायची याचे मार्गही शोधू शकतो.
- यादीचा असा फायदा होतो की ती अगदी नकाशाप्रमाणे असते, नकाशा जसं सांगू शकतो की आपण कोणत्या ठिकाणी आहोत, अगदी त्याप्रमाणेच यादी आपल्याला सांगते की कोणती कामे झाली आहेत आणि कोणती बाकी आहेत. त्यातील एक एक काम करीत जाऊन यादीतून ती कमी करीत जाता तसा तसा तुमचा आत्मविश्वास वाढत जातो.

मी कशाप्रकारे यादी तयार करतोः

तुम्हाला जी काही कामं आठवत आहेत, सर्व लिहून घ्या, काहीच बाकी ठेवू नका, त्यानतर काही निवडक कामं जे सर्वांत महत्त्वाची वाटतात, जे केल्याने आपले भविष्य उज्ज्वल होइल, अशा कामासामोर रोमन अंकातील I (आइ) लिहा. याचा अर्थ प्रथम किंवा प्राधान्यक्रम असा होतो. भविष्याचा विचार करून कोणती कामे कामे करायला हवीत, ते लक्षात आल्यावर त्या I (आइच्या) समोर १ लिहा. अशाच पद्धतीने दुसऱ्या आइच्या समोर देखील असेच २ लिहा. आइचा अर्थ महत्त्वाचे काम पण त्यातही १,२,३, अशाक्रमाणे त्यासमोर लिहा. आइचे कार्य त्याच्या प्राधान्यक्रमानुसार करीत जा, म्हणजे असे की जोपर्यंत पहिले होणार नाही, दुसरे काम हाती घेऊ नका.

आता दुसऱ्या श्रेणीचा विचार करू-ज्या समोर दोन II आई लिहिणार आहात, ही अशी कामे असतील, जी कामे तुम्ही लगेच नाही केली तरी चालू शकतील. कारण ती केली काय किंवा नाही केली काय त्याने काही फरक पडणार नाही. या प्राधान्यक्रमाच्या पुढेही आइ समोर १,२,३ असे लिहा.

तिसरा वर्ग ज्याला 'U' ने संबेधित करा. 'U' हे अक्षर मी इग्रंजी urgent अर्जंटपासून घेतले आहे. हे अशी कामे आहेत जी करावीच लागतील, ते आता जर नाही केले तर भविष्यात पश्चाताप करावा लागणार आहे. जसे की आपल्या

मुलांना डॉक्टरकडे घेऊन जाणे, शेवटच्या तारखेच्या आत बिल अदा करणे, गाडीमध्ये पट्रोल टाकणे इत्यादी.

एक चौथा वर्ग ज्याला 'D' अक्षराने संबोधित करा. मी हा इंग्रजी शब्द delegate / डेलिगेट पासून घेतला आहे. ही अशी कामे आहेत जी इतरावर सोपवली चालतात. या संदर्भात प्रकरण ८ मध्ये सविस्तर लिहिले आहे. जी कामं गोड बोलून होत असतील तर त्यासाठी तलवार काढण्याची काय गरज आहे.

उदहरणासाठी एक यादी-६-६

फिट रहाण्यासाठी जिमला जाणे-U-2

मोबईल रिचार्ज करण्याची आज शेवटची तारीख-II-1

चित्रपट पहायला जाणे-U-1

औषध खाणे-'U-1

पुस्तक लिहिणे-I-2

बाजारातून सामान मागवणे-D-2

बँकेत पैसे जमा करणे-D-1

फेरफटका मारण्यासाठी बाहेर फिरायला जाणे-II-2

वरील यादीत मी फिट रहाण्यासाठी जिमला जाणे यापुढे I असे लिहिले आहे आणि पुस्तक लिहिणे, फिट रहाण्यासाठी जिमला जाणे यापुढे मी I-१ असे लिहिले आहे, कारण की माझी तबियत चांगली राहिली तरच मी मोठ्या जोमाने पुस्तके लिहू शकेल. (पुस्तक लिहिणे I-२) व इतर कामे करू शकतो.

Urgent अर्जंट सारख्या कामापुढे मी U असे संबोधन लावले आहे. ही अशी कामे आहेत ज्यांना टाळले जाऊ शकत नाही. या उदाहरणात मी औषध खाणे यापुढे U-१ असे लिहिले आणि मोबाइल रिचार्ज करणे यापुढे U-२. कारण आपण मोबाईल थोड्यावेळाने रिचार्ज केला तरी चालू शकते पण औषध थोड्यावेळाने घेतले तर समस्या होऊ शकते. अशी काही कामं आहेत ज्यांना आपण इतराकडे करायला सांगू शकतो. अशा कामाना मी D असे संबोधन दिले आहे. एका

ठिकाणी D-१ असे संबोधन आहे, याचा अर्थ बँकेत पैसे जमा करण्याची एक ठरलेली वेळ असते. दुसऱ्या ठिकाणी D च्या समोर D-२ असे संबोधन लिहिले आहे कारण बाजारातून सामान आणायची वेळ कमी जास्त झाली तरी चालू शकतं. म्हणून त्याला D-२ असा दर्जा दिला आहे.

चित्रपट पहायला जाणे किंवा फेरफटका मारायला जाणे ही कामे केली काय किंवा नाही केले काय काही फरक पडणार नाही. म्हणून अशा कामांना II असे संबोधन दिले आहे. कारण चित्रपट लागतो आणि काही काळाने जातो पण म्हणून त्याला II-१ असे संबोधन दिले आहे. फेरफटका मारायला आपण कधीही जाऊ शकतो म्हणून या कामाला II-२ असे संबोधन दिले आहे.

प्रकरण-६

योजना आणि तयारी सर्वप्रथम

यशाची परिभाषा फारच सोपी आहे, जे चांगले आहे ते त्याला चांगल्या पद्धतीने करा आणि योग्यवेळी करा. -अर्नोल्ड एच ग्लासो

माझ्या असे लक्षात आले आहे की आत्मविश्वास वाढविण्याचा सर्वांत चांगला मार्ग आहे तयारी करणे. तुम्ही ऑलम्पिकचे खेळ निश्चितच पाहिले असतील. ते चार वर्षातून एकदा आयोजित केल्या जातात. अनेक प्रकारचे खेळ खेळणारे विविध देशाचे खळाडू यात भाग घेतात.

ऑलम्पिकच्या खेळात ४ वर्षांनतर खेळाडूला सहभागी होण्यासाठी काही मिनिटाचा वेळ मिळतो आणि तितक्याच वेळात काहीतरी विशेष करण्याची संधी खेळाडूला असते. पण तयारी करून आलेल्या खेळाडूला ते कठीण नसते.

तुम्ही विद्यार्थी असा नाहीतर खेळाडू किंवा तुम्ही कोणतेही काम करणारे असा, पण ते काम करण्यापुर्वी तुम्ही त्याची तयारी केली असेल तर तुम्हाला ते काम करायला

फाशी अडचण येत नाही आणि वेळही वाचतो.

जसे की डॉक्टर ऑपरेशन करण्यापुर्वी सगळी तयारी करतात. उदा. सर्व साधने आहेत का, औषधी आहेत का वगैरे. सोबतच त्यांचे अनेक सहकारी देखील असतात जे कोणत्याही अडचणीच्या काळात डॉक्टरला मदत करतात. तुम्ही देखील डॉक्टर सारखी समजदारी दाखवा आणि काम करण्यापुर्वी ज्या गोष्टी नाहीत, त्या गोष्टी जवळ बाळगा.

मी असो अथवा तुम्ही. आपणा सर्वांना ती सर्व तयारी करावी लागते ज्यावेळी आपण शहराच्या बाहेर जायचे ठरवतो. तयारी करतो कुठे जायचे आहे ? किती दिवसासाठी जायचे आहे ? काय आपण कपडे साबत घेतले आहेत ? काय आपण पुरेसे पैसे घेतले आहेत ? काय बॅगेत गरजेच्या गोष्टी घेतल्या आहेत ? आदीसारख्या गोष्टीबाबत आपण आधीपासूनच विचार करत असतो. कारण की आपल्या या तयारीवरच आपला प्रवास अवलंबून आहे आणि अगदीच त्याप्रमाणे जसी आपल्या जीवनाचा प्रवासही आपल्या यशावर अवलंबू असतो. अनेकजण अशी तक्रार करतात की पुढील रस्ता दिसत नाही, माझे त्यांना सांगणे असते की ठीक आहे, जितका दिसतोय तिथपर्यंत तरी चालत जायला हरकत नाही. पुढील रस्ता आपोआपचा दिसायला लागेल. प्रवासासारख्या किरकोळ गोष्टीसाठी आपण तयारी करीत असू तर आपण जीवनाच्या प्रवासाबद्दल का तयारी करू नये ? एक मूर्तीकार जसा त्याचे शिल्प घडविण्यासाठी वेळ देत असतो, अगदी तसेच आपली योजना अमलात आणण्यासाठी तयारी करा. गरज पडल्यास त्यात थोडाफर बदलही केल्या जाऊ शकतो, त्यात काय आहे. योजना किंवा तयारी करण्यातले सर्वांत चांगले काय असेल तर हे आहे की योजना तयार करायची म्हणताच तुम्ही विचार करायला सुरूवात करता. योजना तयार करा कारण तुमची समस्या दुसरा कोणीही सोडवणार नाही.

वेळेच व्यवस्थापना संदर्भात उपयोगी पडणाऱ्या बाबी :-

- प्रवासाची योजना तयार करण्यासारखीच जीवनाची पण योजना तयार करा, एका वर्षात तुम्हाला काय काय प्राप्त करायचे आहे, अशाप्रकारे जीवनातील पुढील अनेक वर्षाची एक क्रमबद्ध योजना तयार करा.
- कोणतेही काम करण्यापुर्वी त्या कामाला लागणाऱ्या आवश्यक गोष्टी आधीपासूनच स्वत:जवळ बाळगा.

प्रकरण-७

कार्याला प्राधान्यक्रमानुसार विभाजित करा आणि नंतर क्रमवारीने कार्यान्वित करा.

भविष्याच्या संदर्भात सर्वांत चांगली गोष्ट कोणती असेल तर ती ही आहे की ते एका एका दिवसाने येते-अब्राहम लिंकन

एक डॉक्टर ऑरपेरशन करीत आहे आणि तितक्यात फोनची बेल वाजते, ती त्याच्याच फोनची बेल असते. तुम्हाला काय वाटते, ते फोन घेतील का ऑपरेशन करतील.

एका नवजात मुलाची आई असं नाही म्हणू शकत की तिच्याकडे त्या मुलासाठी आता वेळ नाही. मला काही महत्त्वाची कामे करायची आहेत, मी या मुलाला नंतर पाहिल. तुमच्या लक्षात आले असेल की प्रत्येक कामाची आपली एक क्रमवारी असते,

प्राधान्यक्रम असतो आणि ही गोष्ट ज्याला समजली, प्राधान्यक्रम असतो हे ज्याला समजले तोच व्यक्ती जीवनात यशस्वी होऊ शकतो.

ज्यावेळी जीवनातला हा प्राधान्यक्रम लक्षात येतो, त्यावेळी त्याला निर्णय घेणे सोपे जाते तसेच जीवन जगणे देखील अगदीच सोपे होऊन जाते. उदाहरण माझ्याच एका सरांचे देतो, ज्यांनी प्रतिष्ठेला प्राधान्य दिले आणि पैसा आणि इतर गोष्टीला प्रतिष्ठेपेक्षा नेहमीच कमी समजले. जीवनात त्यांना जर कधी पैसा, पद किंवा सन्मान यापैकी एकाची निवड करायला सांगिते तर ते निश्चितच सन्मान हा पर्याय निवडतील. असेच माझे एक खास मित्र आहेत, त्यांना जर विचारले की जीवनात तुमच्यासाठी काय महत्त्वाचे आहे, तर ते सांगतील की करिअर, कारण बालपणापासूनच त्यांना करिअरच्या संदर्भात स्वप्नं पहायला शिकवले आहे. प्रथम ते करिअर म्हणतील आणि दुसरा कोणताही पर्याय ते नंतर स्वीकारतील. तुमच्यासाठी प्राधान्यक्रम कशाला आहे ? तुम्ही प्रथम कशाची निवड कराल ? पद, पैसा, परिवार, प्रतिष्ठा इत्यादीपैकी तुम्हाला एकाची निवड करायला सांगितले तर कशाची कराल ?

आता आपण पुढे जाऊ. आपल्यासाठी हे माहीत करून घेणे महत्त्वाचे ठरते की आपण जे कार्य करणार आहोत, त्याचा आपल्या भविष्यावर काय परिणाम होऊ शकतो. सोप्या शब्दात सांगायचे तर काय फायदा होणार आहे. आपल्याला जे काही करायचे आहे त्यासाठी आपण हे समजून घेणे गरजेचे आहे की ते काम आपल्याला का करायचे आहे, आपल्याला नेमकं 'काय' हवं आहे हे एकदा माहित झाले की 'का' पाहिजे आहे, नंतर आपल्याला 'कसे' प्राप्त करायचे आहे याचा विचार करण्यासाठी 'कोणते' काम आणि कोणते प्रयत्न करावे लागतील याचाही विचार करावा लागेल.

या पुस्तकाकडेच एक उदाहरण म्हणून पहा, उदा मी 'राजलनीति टाइम मॅनेजमेंट' लिहू इच्छितो.

राजलनीति टाइम मॅनेजमेंट 'का' लिहू इच्छितो ? कारण की मला वेळेच्या व्यवस्थापनेच्या संदर्भात मोठ्या कष्टाने शिकलेल्या गोष्टी लोकांना सांगायच्या आहेत. म्हणजे लोकांना त्याचा फायदा होइल आणि कमी वेळेत त्यांची जास्त कामे होतील.

मी हे पुस्तक कसे लिहिणारः तर रात्री ८ ते १० ची वेळ मी पुस्तक लिहिण्यासाठी निवडली आहे, ज्यावेळी पुस्तक लिहून होईल त्यावेळी शेवटचे प्रुफ रिडिंग करून छापण्यायोग्य करील म्हणजे पुढील प्रक्रिया पूर्ण करता येतील.

काम करण्याची पद्धत जितकी महत्त्वाची आहे आणि त्यापेक्षा जास्त महत्त्वाचे आहे त्या कामाला शेवटास घेऊन जाणे.

वेळेच्या व्यवस्थापना संदर्भात उपयोगी पडणाऱ्या बाबी :-

- आपला प्राधान्यक्रम स्पष्टपणे ठरवा. तुमच्यासाठी सर्वांत जास्त काय महत्त्वाचे आहे ?
- परिवार, धन, आरोग्य, प्रतिष्ठा आदी गोष्टीना तुमच्या प्राधान्यक्रमानुसार लिहा. सोबतच हे पण लिहा की हे महत्त्वाचे का आहे ?

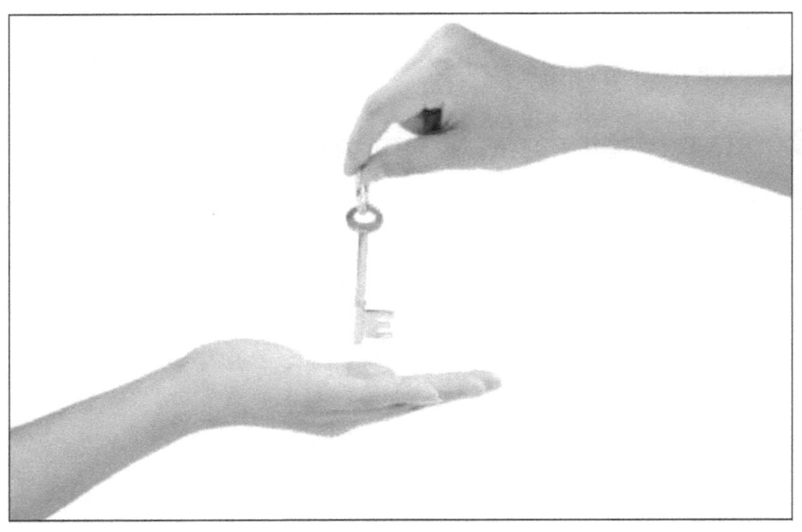

प्रकरण-८

जे काम गोड बोलून होत असेल तर त्यासाठी तलवार कशासाठी ?

घड्याळ पाहू नका, फक्त एक करा घड्याळ जे करते ते करा म्हणजे पुढे पुढेच चालत रहा. -सॅम्युअल लेवेनसन

या जगात सगळ्यांची मतं आणि विचार वेगवेगळी आहेत. काही लोकांचे असे मत आहे की मनुष्य एकमेव असा आहे की जो कोणतेही काम करू शकतो. मला या बोलण्यात तथ्यता वाटते आणि या वाक्यातही पण मी त्यात थोडा बदल करू इच्छितो, मनुष्य सगळी काम करू शकतो आणि चांगल्या पद्धतीने करू शकतो. तो जरी सगळी कामं करण्यास सक्षम असला तरी त्याने सर्व कामे करायला नको आहेत. त्याने केवळ तेच काम केलं पाहिजे जे त्याच्या जीवनाला कलाटणी देणारं आहे आणि त्याला जे जमतं.

या पुस्तकाचेच उदहरण घ्या. हिंदी टाइपिंग शिकणे आणि हे पुस्तक स्वतः टाइप करणे असे मी करू शकतो. परंतु हे काम करण्यासाठी माझा जितका वेळ जाइल तितक्या वेळेत मी दुसरे पुस्तक लिहू शकेल. माझ्या गार्डनमधील फुलांची देखभाल करण्याचे काम, स्वतःचे कपडे धुण्याचे काम, अशी कितीतरी कामे मी करू शकतो, आता ही सगळी कामे मी स्वतः करू लागलो तर मला माझं महत्त्वाचं काम करायला वेळच मिळणार नाही. आणि ते काम तर माझ्याशिवाय दुसऱ्याला सांगून जमणार नाही.

असे करण्यापेक्षा कमी महत्त्वाची असणारी कामं तुम्ही ही कामं ज्यांना चांगली जमतात त्यांच्याकडूनच करून घ्यावीत. जसे की गार्डनची काळजी घेण्यासाठी आपण एखादा माळी का ठेवू नये. कपडे धुण्याचे काम ज्याचे आहे त्यालाच कपडे धुण्याचे काम देऊन टाका. कोणतेही कामं लहान किंवा मोठी नसतात त्यामुळे आपण सर्वांचा सन्मान केला पाहिजे. इथे कमी महत्वाचे म्हणण्याचा माझा अर्थ असा आहे की अशी कामं जी महत्त्वाची तर आहेत आपल्या प्राधान्यक्रमानुसार नसतात. होऊ शकतं की, माझा सल्ला तुम्हाला खर्चीक वाटू शकतो पण ही कामं इतराकडे सोपवून महत्त्वाची कामं करण्यात तुम्ही तुमचा वेळ घालवला तर ते तुमच्या भविष्यासाठी उत्तम ठरेल.

वेळच्या व्यवस्थापना संदर्भात उपयोगी पडणाऱ्या बाबी :-

- Delegation / डेलिगेशन म्हणजे आपण करतो ते काम दुसरा कोणीही करू शकतो म्हणून ते काम दुसऱ्यांना करू द्या. आपल्याला फक्त अशा व्यक्तीचा शोध घ्यायचा आहे जो हे काम चांगल्या पद्धतीने करीत असेल. तो असा व्यक्ती असावा जो त्या कामात तरबेज असावा किंवा असाच दुसरा जो कोणी हे काम चांगल्या पद्धतीने करू शकेल. त्याला योग्य मोबदला द्या. प्रयत्न करा, जास्तीत जास्त कामं दुसऱ्याकडून करून घ्या, म्हणजे तुम्हाला तुमचे महत्त्वाचे काम करून घेता येईल.
- डेलिगेशन/कामाचे हस्तातंरण करण्यासाठी गरजेचे आहे महत्त्वाची स्पष्टता. असे कधी ग्रहीत धरू नका की काम होऊन जाईल. तुम्हाला वेळोवळी काम तपासून पहावे लागेल. पडताळून पहावे लागेल. हे चांगले होइल की तुम्ही काय करायचे ते सर्व लिहून दिले तर. नेमके काय करायचे हे त्यांना समजेल आणि काम त्याप्रमाणे होइल. तुमच्या मनाप्रमाणे काम झाले नसेल तर तसे तुम्हाला सांगता येइल.

प्रकरण-९

प्रत्येक वस्तूला ठेवा एका विशिष्ट ठिकाणी

एक व्यक्ती जो आपले तास वाया घालवू शकतो त्याला तुमच्या जीवनाचे महत्त्व नाही समजणार-चार्ल्स डार्विन

कदाचित मी त्या लाखो करोडे लोकांपैकी असेल, ज्यानी एखाद्या कागदाला, एखाद्या सामानाला शोधण्यासाठी अनेक तास वाया घालवले असतील आणि त्यांनतर मला अनेकदा यश मिळाले तर अनेकदा अपयश आले. आता अनेक वर्षानंतर माझ्या असे लक्षात आले आहे की ज्या कागदांची गरज नाही अशी सांभाळून ठेवलेली अनेक कागदं फेकून दिली पाहिजेत आणि ज्या कागदांची गरज भविष्यात पडणार आहे त्या कागदांची एक फाइल तयार करा. शिक्षणासाठी असणाऱ्या कागदांची वेगळी फाइल बनवा, ज्यात प्रमाणपत्र, मार्क्समेमो, पावत्या इत्यादी ठेवा. व्यापारी लोकांनी हिशोबाच्या वेगळ्या वेगळ्या फाइल बनवाव्यात.

असे केल्याने केवळ आपला वेळच वाचणार नाही, तर आपला पैसा देखील वाचेल. अनेकदा आपल्याला वेळेवर पावत्या किंवा प्रमाणपत्र सापडले नाही तर दंड म्हणून काही पैसे भरावे लागलेले असतील. आणि सामानाची गोष्ट असेल तर वेळेवर सामान नाही मिळाले तर आपल्याला ते नव्याने विकत घ्यावे लागलेले असेल. परंतु होते असे की काही दिवसानंर कोणत्यातरी निमित्ताने ते सामान कुठेतरी दिसते अणि आपल्याला वाटते की यार उगीच पैसे वाया गेले. (कारण आपण सामानाला पाहिजे त्या ठिकाणी ठेवले नव्हते) म्हणून या समस्या निर्माण झाल्या. सामान एका ठिकाणी कसे ठेवायचे याचे उदाहरण सांगायचे झाले तर माठ्या मॉलचे सांगता येइल. स्पेंसर, बिग बाजार सारख्या सुपरस्टोरमध्ये पहा, सामान कसे अलग अलग ठेवलेले असते. हजारो प्रकारचे सामान असते पण सगळे कसे व्यवस्थीत ठेवलेले असते.

एका चांगली सवय लावून घ्या आणि केवळ कागदाचीच गोष्ट नाही तर दैनंदिन लागणाऱ्या वस्तू देखील त्या त्या ठिकाणी ठेवा म्हणजे त्या वळेवर सापडतील आणि तुमचा त्यांना शोधण्यासाठी वेळ जाणार नाही.

वेळच्या व्यवस्थापना संदर्भात उपयोगी पडणाऱ्या बाबी :-

- स्पेंशर, बिग बाजारासारख्या एखाद्या मोठ्या स्टोरर्सला भेट द्या आणि तिथे कशाप्रकारे सामान ठेवल्या गेले आहे ते पहा. कल्पना करा की सुपरस्टोरमधले सामान अस्तव्यस्त आवस्थेत असेल तर काय परिस्थिती निर्माण होइल ?

- आजपासूनच नव्या सवयी लावून घ्या. तुम्हाला कधी एखादा अनावश्यक कागद सापडला तर तात्काळ फाडून टाका.

प्रकरण-१०

हार्ड वर्क (कठोर परिश्रम) चागंलेच आहे पण स्मार्टवर्क बुद्धिचा वापर करून करण्यात येणारे काम) त्यापेक्षा चांगले आहे.

आपल्या भविष्याचे रहस्य आपल्या दररोजच्या सवयीमध्ये दडलेले असते
-माइक मरडोक

एकेकाळची गोष्ट आहे. गावात दोन लाकूड तोडे रहात होते. पोटापाण्यासाठी लाकूड तोडणे त्यांचा धंदा होता. या दोघांपैकी एकजण जास्त लाकडे तोडायचा. म्हणून दुसऱ्या लाकूडतोड्याने ठरविले की यापुढे मी लाकूड तोडीसाठी जास्तवेळ

देइल. म्हणजे मलाही जास्त लाकडे तोडता येतील. आणि लाकूड तोडण्याच्या बाबतीत त्याच्याही पुढे निघून जाइल. सुरूवातीला त्याने कामाचा एक तास वाढवला तरीपण तो मागेच राहिला. आता त्याने कामाचे दोन तास वाढवले पण त्याला मागे टाकणे तर राहूच द्या, त्याच्यापेक्षा कमीच लाकडे तोडू लागला. तो निराश झाला आणि त्याने ठरविले की त्यालाच विचारावे की तो हे काम कसे करतो ? दुसऱ्या दिवसाच्या सकाळीच तो हे दुसऱ्या लाकूड तोड्याला विचारतो. त्यावर तो असे उत्तर देतो की मी फक्त दोन तास लाकडे तोडतो आणि पुढील अर्धातास मी कुऱ्हाडीला धार लावण्यासाठी देतो. कारण लाकडे तोडत राहिल्याने कुरळाडीची धार बोध्थट होत जाते. त्याने जर त्याच कुऱ्हाडीने लाकूड तोडणे चालू ठेवले तर वेळही जाइल आणि लाकडीही तुटल्या जाणार नाहीत.

पहिला लाकूड तोड्या (स्मार्ट वर्क)समजदारपणे काम करीत होता, तर दुसरा लाकूड तोड्या फक्त कठोर परिश्रम करीत होता आणि परिणाम तुमच्या समोर आहे. संशोधनातून असे पुढे आले आहे की कोणत्याही कामाची तुम्ही ज्यावेळी एखादी योजना तयार (प्लॅनिंग करणे) करता, त्यावेळी तुम्ही तुमचा ९० टक्के वेळ वाचवलेला असतो. त्यातही तुम्ही जर कामाचा अनुभव असणाऱ्या व्यक्तीचा सल्ला घेतला तर तुमचा आणखी वेळ वाचवू शकतो. सोप्या शब्दात सांगायचे झाले तर आपण अशीच कामे केली पाहिजेत जी कामं आपल्याला चांगल्या पद्धतीने करता येतात आणि त्याचा आपल्या भविष्यावर चांगला परिणाम पडतो. तुम्ही इतर कामासाठी दुसऱ्या कोणा अनुभवी व्यक्तीची मदत घेऊ शकता म्हणजे तो ते काम चांगल्या पद्धतीने करील. उदाहरण म्हणून सांगतो, समजा तुम्ही व्यावसायीक आहात तर तुमचे काम व्यवसायातील बारकावे पहाणे हे आहे, याच धंद्यात ग्रहाकांना कसे समाधानी ठेवायचे, सोबतच असाही प्रयत्न करायला हवा की आपला नफाही वाढला पाहिजे. आपण आपला जास्तीत वेळ याच कामाचा विचार करण्यासाठी घालवला पाहिजे. तुमची इतर कामे जसे की कार चालवणे, हे तर ड्राइव्हर देखील करू शकतो, कायद्यासंबंधीची कामं एखादा वकील करू शकतो. आजच्या काळात प्रत्येक क्षेत्रातील तज्ज्ञ उपलब्ध आहेत. गरज केवळ एकच आहे की तुम्ही ज्यात पारंगत आहात त्यात जास्त लक्ष देणे. उर्वरीत कामं त्या त्या क्षेत्रातील तरबेज लोकाकडून करून घ्या.

वेळच्या व्यवस्थापना संदर्भात उपयोगी पडणाऱ्या बाबी :-

- लक्षात ठेवा की असे कोणते काम आहे, ज्यासाठी आपण वेळ तर जास्त देवू लागलोत पण मिळणारा परिणाम तर कमी कमी होत चालला आहे. काय दुसरा कोणी हेच काम कमी वेळेत आणि आपल्यापेक्षा जास्त चांगले करू लागला आहे ? तुम्ही देखील ती पद्धत शिका आणि त्यानुसार काम करा.

- असे कोणते काम आहे जे करण्याची पुन्हा संधी मिळाली तरी तुम्ही ते करीत नाहीत. कोणते काम आहे ते शोधा आणि शक्य असेल तर करणे बंद करा.

प्रकरण-११

भूतकाळ आणि भविष्य आपल्या हातात नाही, आपले नियंत्रण केवळ वर्तमानावर आहे.

मागे वळून पाहू नका आणि भविष्याचे स्वप्न देखील पाहू नका. यामुळे तुमचा गेलेला काळ परत येणार नाही आणि तुमचेही स्वप्न पूर्ण होणार नाही. तुमचे कर्तव्य, तुमचा पुरस्कार आणि तुमचे नशीब वर्तमानात अस्तित्त्वात आहे.   -डॅग हॅमरस्कोल्ड

किती बरं झालं असतं आपल्याला जर भूतकाळात परत जाता आलं असतं आणि आपण केलेल्या चुका दुरूस्त करता आल्या असत्या आणि हे पण किती बरं झाले असते की भविष्यातही आपल्याला आधीच पोहचता आले असते तर सगळं काही दुसऱ्या लोकांच्या आधीच केलं असतं.

काय असे होणे शक्य आहे ? अगदीच 'नाही.'

या जगात ईश्वराने अनेक प्रकारची माणसं जन्माला घातली आहेत. कोणी काळे आहेत, कोणी गोरे आहेत, कोणी उंच आहेत, तर कोणी बुटके आहेत. परंतु या सगळ्यासाठी वेळ मात्र २४ तास इतकाच दिला आहे. आता हे आपल्यावर आहे की या तासांचा उपयोग करायचा की ते तसेच वाया घालवायचे ? आपल्याला हा निर्णय घ्यायचा आहे की एका दिवसाच्या १४४० मिनिटांचे आपण काय करणार आहोत?

न्यूटनच्या एका नियमानुसार एखादी वस्तू गतीमान राहिली तरच ती गतीमान रहाते नाहीतर ती तशीच पडून रहाते. बाह्य बलाचा तिच्यावर जोपर्यंत परिणाम होणार नाही तोपर्यंत ती तशीच पडून राहील. माझ्या असे लक्षात आले आहे की न्यूटनचा हा सिद्धांत केवळ वस्तूनांच नाही तर व्यक्तीकडून करण्यात येणाऱ्या कार्याला देखील तितकाच लागू आहे. जसे की पहा आपण एखादे काम करायला घेतो पण ते करायला आपले मन एकाग्र लागते, ते नसेल तर ते काम होत नाही. पण राल्फ इमरसन म्हणतात, एखादे कार्य हाती घ्या उर्जा आपोआप मिळायला सुरूवात होते.

काही अडचण तर येणार नाही ना अशी विनाकारण मनात भिती बाळगून अनेकदा आपण कामच हाती घेत नाही. ज्यावेळी आपण काही कामासाठी घराबाहेर पडतो त्यावेळी आपण अशी अपेक्षा नाही करू शकत की रस्त्यावर ट्राफीक नसेल किंवा सिग्नलच हिरवा असेल, प्रवासाला सुरूवात केल्यावरच आपल्याला माहित होते की सिग्नल हिरवे होते की लाल, आणि समजा नसेल तर आपण थांबतोच ना हिरवे होइपर्यंत. आपला प्रवास कसाबसा पूर्ण करतोच ना.

मी कुठेतरी वाचले होते की तुमचे जर कामात लक्ष लागत नसेल तर मशीनपासून काहीतरी शिका आणि मशीन बना. आपले उद्दिष्ट पूर्ण करण्यासाठी तुम्हाला जे काही करता येणे शक्य आहे ते करा, एका दिवसासाठी नाही तर दररोज.

काय तुम्ही कधी एखाद्या यत्रांला तक्रार करताना पाहिले आहे काय की मी आज खूपच बोर झालो आहे किंवा मला कामाचा कंटाळा आला आहे किंवा आज काम करण्याची इच्छा नाही इत्यादी.

मशीन अशाप्रकारचे कोणतेही बहाणे सांगत नाही, म्हणूनच यत्रांची उत्पादकता जास्त असते.

म्हणून जेव्हा कधी कामात लक्ष लागणार नाही त्यवेळी यंत्र बना. आपले काम सुरू करा आणि चालू ठेवा. यामुळे केवळ उत्पादकताच वाढणार नाही तर तुमच्या २४ तासाचा योग्य उपयोगही होइल. नाइक कंपनीची घोषणा तेवढी विसरू नका. जस्ट डू इट म्हणजे तेवढे फक्त करून टाका.

वेळच्या व्यवस्थापना संदर्भात उपयोगी पडणाऱ्या बाबी :-

- एक प्रश्न जो तुमची मदत करू शकतो, माझ्या वेळेचा सर्वांत मूल्यवान उपयोग काय आहे ? हा प्रश्न आपल्याला त्याचं उत्तर द्यायला भाग पाडील की खरोखरच आपल्या वेळेचं आपण करतो तरी काय ? कारण आपण एका वेळी केवळ एकच काम करू शकतो. इमरसनचे वाक्य लक्षात ठेवा. काम सुरू करा कामाची उर्जा आपोआपच मिळते आणि मशीनपासून प्रेरणा घ्या. बहाणे सांगू नका. काम चालू ठेवा.

प्रकरण-१२

नको त्या विचारांना डोक्यातून काढून टाका आणि आपला वेळ वाचवा.

थांबू नका कारण की कोणत्याही कामाला करण्यासाठी सर्वाधिक योग्य वेळ कधीच येत नसते. -नेपोलियन हिल

एका देशात एक पहाणी करण्यात आली. पहाणीचा विषय होता, लोकांच्या मनात येणाऱ्या नकारात्मक विचारांचा परिणाम. या पहाणीत किमान १००० लोकांना सहभागी करून घेण्यात आले. या पहाणीचा अहवाल चकित करणारा होता.

डोक्यात असलेल्या नकारात्मक विचारापैकी ८५ टक्के गोष्टी कधीच कोठेच घडलेल्या नव्हत्या. ८ टक्के घटना अशा घडल्या होत्या की ज्यांना समजदारी दाखवून टाळता आले असते. ७ टक्के घटना अशा होत्या ज्यावर मनुष्याचे कोणतेही नियंत्रण नव्हते.

या निरिक्षणाकडे आपण सूक्ष्मपणे पाहिले तर आपल्या असे लक्षात येइल की १००० मध्ये ८५० वेळा अशा नकारात्क गोष्टी होणारच नाहीत ज्याची आपल्याला विनाकारण भीती वाटत असते. याचा दुसरा आणि सरळ अर्थ असा होतो की आपली यशस्वी होण्याची शक्यता जास्त आहे. परंतु काही समस्या तर येणार नाही ना, या भीतीपोटी आपण कामच सुरू करीत नाहीत आणि आपला बराचसा वेळ चिंता करण्यात वाया घालवतो.

थोडक्यात समजून घ्यायचे असेल तर गीतेत याचे उत्तर आहे, 'कर्म कर, फळाची अपेक्षा ठेवू नकोस.'

कर्म करण्याचा या ठिकाणचा अर्थ लहान मोठी कामे असा घेऊ नका. तर तुमच्या प्राधान्यक्रमावर असलेले महत्त्वाचे कर्म जे तुम्ही एकाग्रतेने केले पाहिजे आणि ज्यासाठी तुम्ही सगळं काही डावावर लावता, ते काम. अगदी त्या राजाप्रमाणे ज्यांनी नदी ओलाडल्यावर बोटी यामुळे जाळून टाकल्या. सैनिकासमोर त्यांनी माघारी जाण्याचा पर्यायच ठेवला नाही, पर्याय ठेवला जातो केवळ आणि केवळ जिंकण्याचा.

वेळच्या व्यवस्थापना संदर्भात उपयोगी पडणाऱ्या बाबी :-

- तुम्हाला जर जास्तीची कमाई करायची असेल तर जास्तीचे शिक्षणही घ्यावे लागेल. प्रत्येक ५-७ वर्षाच्या अतंराने माहिती अपुरी पडत जाते. ही उणीव भरून काढण्यासाठी आपल्याला दररोज एक तास तरी नवीन शिकण्यासाठी खर्च करावा लागेल. हे चेंगलेच ठरेल की तुम्ही ज्या क्षेत्रात कार्यरत आहात त्या क्षेत्रातली अधिकाधिक माहिती मिळवत राहिले पाहिजे.

- अनेकदा आपण असे काही सामान विकत घेतो जसे की लॅपटॉप, टीव्ही इत्यादी. पण याचे सर्व्हिस सेंटर शहरात नसते. सामानाची दुरूस्ती करण्यासाठी आपल्याला दुसऱ्या शहरात जावे लागते. म्हणून असे सामान खरेदी करा ज्याचे सर्व्हिस सेंटर तुमच्या शहरात असेल.

प्रकरण-१३

टाळायचेच असेल कमी महत्त्वाचे विषय टाळा.

वेळेची कमतरता नाही पण योग्य दिशेने काम होण्याची उणीव मोठीच समस्या आहे, कारण की आपल्या सर्वांकडे केवळ २४ तास इतकाच वेळ आहे. -जिग जिगलर

या जगातील अत्यंत क्लेशदायक कोणते शब्द असतील तर ते आहेत, मी हे करू शकलो असतो पण मी हे केले नाही. आपले आतापर्यंतचे जीवन आपल्या आतापर्यंत (भूतकाळात) घेतलेल्या निर्णयाचा परिणाम आहे आणि आपले भविष्य, आपण वर्तमानात काय निर्णय घेणार आहोत त्याचा परिणाम असेल.

इथे मी ज्या निर्णयावर अमलबजाणी करण्यात आली अशा गोष्टीचा उल्लेख केला आहे. (कर्म केल्या गेले) निर्णयावर अमलबजाणी केल्या गेली नसेल तर (कर्म केल्या

गेले नसेल) तो केवळ एक विचार आहे यापेक्षा जास्त काही नाही.

एका विद्यार्थ्याने टीव्ही पहाणे किंवा खेळणे या कामाला एक तर परिक्षा दिल्यानंतर करावे किंवा क्षणीक आनंदासाठी परिक्षेच्या दुष्परिणामाचा सामना करावा.

आपल्याला आपले भविष्य जर बदलायचे असेल तर आपल्याला स्वयं-शासित बनावे लागेल. मग तुमची इच्छा असो अथवा नसो. तुम्हाला ती कामे करावीच लागतील, ज्यामुळे आपले भवितव्य उज्ज्वल होइल आणि ज्यावेळी वेळ कमी असेल आणि तुम्हाला प्रलोभन दाखवले जाइल की एक तर सोपे असणारे मनोरंजनासारखे काम करावे किंवा कठीण पण महत्त्वपूर्ण काम करावे. असे पर्याय तुमच्यासमोर असतील तर तुम्ही कठीण काम करण्याचा पर्याय निवडा. कारण यामध्ये यशस्वी झाल्याने केवळ तुमची प्रगतीच होणार नाही तर, तुमच्या सोबतच्या लोकांचाही फायदाच होइल. कदाचित तुमच्या मुलाला किंवा मुलीला हे सांगायला अभिमान वाटेल की तुम्ही त्यांचे वडील आहात किंवा असे पण होऊ शकते की तुमच्या कामाचा तुमच्या आई-वडीलांना गर्व वाटू शकतो. किंवा आपल्या पत्नीला देखील तुमचा गर्व वाटेल, पण असे त्यावेळी होइल ज्यावेळी तुम्ही महत्त्वाचे काम करण्याचा निर्णय घेतलेला असेल आणि कमी महत्त्वाच्या कामाला टाळलेले असेल.

वेळेच्या व्यवस्थापना संदर्भात उपयोगी पडणाऱ्या बाबी :-

- सकरात्मक टाळाटाळी की नकारात्मक टाळाटाळीः मनुष्याने कमी महत्त्वाचे काम करण्याचे टाळले पाहिजे. किंवा त्या कामासोबत टाळाटाळी करण्यापेक्षा त्याने महत्त्वाच्या कामाच्या संदर्भात टाळाटाळी करावी, कार्य किंवा एकतर खूप महत्त्वाचे असते जे आताच करणे गरजेचे असते आणि काही कार्य महत्वपूर्ण असतात, जे केल्यानंतर आपले भविष्य उज्ज्वल होणार असते.

- डब्लू क्लेमेंट स्टोनने टाळाटाळी करण्याचे टाळण्यासाठी एक फॉर्म्युला सांगितला होता, डू इट नाऊ म्हणजे की ते आताच करा.

- प्रभावशाली माणसं प्राधान्यक्रम ठरविण्याच्या बाबतीत बाप असतात. सोबतच ते महत्त्वाची कामं संपवून टाकण्यात तरबेज असतात आणि अशी माणसेच वरच्या पदावर गेलेली असतात.

प्रकरण-१४

कामाला वेळेवर करण्याची सवय ठेवा.

केवळ धावणे पुरेसे नाही, वेळुनुसार चालावे पण लागते: एक फ्रांसची म्हण

तुम्ही जर यशस्वी लोकांचे चरित्र वाचले तर तुमच्या लक्षात येइल की त्यांना एक चांगली सवय होती आणि ती म्हणजे ते तंतोतंत वेळ पाळणारे होते. ते केवळ लवकर जागी होत नसत, तर ते ठरलेल्या वेळीच आपली कामं करून घेतात. ते यामुळे लवकर उठतात की त्यांना माहीत असते की इतर सामान्य लोकांच्या अगोदर जागी होऊन आपला उद्देश पूर्ण करायचा आहे. सामान्य लोकाप्रमाणेच या लोकांना देखील काही जबाबदाऱ्या आणि समस्या असतातच म्हणून ते लवकर उठतात आणि ही दैनिक कामे पूर्ण करून त्यांना अतिरिक्त वेळ उपयोगात आणायचा असतो. त्या वेळेचा उपयोग ते त्यांचं स्वप्नं, त्यांचा उद्देश पूर्ण करण्यासाठी करतात.

ज्यावेळी तुम्ही कोणत्याही कामाला वेळेवर करण्याची सवय लावून घेता, त्यावेळी शक्यता ही असते की, ही सवय कायम राहील आणि ही सवय यशस्वी होण्याच्या दृष्टीने चांगली पण आहे. व्यक्ती यशस्वी त्यावेळी होतो ज्यावेळी तो या सवयी त्याच्या दैनिक करतो.

सकाळी लवकर उठून व्यायाम करणे, चांगला पौष्टिक आहार घेणे, आपल्या मानसिक विकासासाठी पुस्तके वाचणे इत्यादी यशस्वी लोकांच्या यशस्वी सवयी आहेत. याउलट तासन तास टीव्ही पहाणे, गाणे ऐकणे, इकडे तिकडे भटकणे, संदर्भहीन चर्चा करणे, या अयशस्वी लोकांच्या सवयी आहेत. आता हे तुमच्यावर आहे की तुम्हाला स्वतःला किती स्वयंशासीत बनायचे आहे किंवा नाही. यशस्वी लोकांच्या सवयी अंगी बाळगा आणि आपली कामं वेळेवर करा आणि त्याचा परिणाम म्हणून यशस्वी व्हा किंवा अयशस्वी लोोकांना ज्या सवयी आहेत त्याप्रमाणे वर्तणूक करून अपयशी व्हा.

वेळच्या व्यवस्थापना संदर्भात उपयोगी पडणाऱ्या बाबी :-

- वेळेचा मोठा खंड घेऊन पहा जसे की ६० मिनिटे किंवा ९० मिनिटाचा वेळ. पहाणीतून असे आढळले आहे की, कोणतेही महत्त्वाचे काम करायला किमान १ ते २ तासाचा कालावधी लागतो. म्हणूनच सकाळी लवकर उठणे आणि आपली महत्त्वाची कामं पूर्ण करून घेणे फायद्याचे ठरेल. अगदी याचप्रमाणे तुम्ही ऑफीसला सुट्टी झाल्यावर घरी न जाता ऑफीसमध्येच थांबून उद्याची कामं केलीत तर उद्या तुम्हाला कामात थोडा निवांतपणा मिळू शकेल.

- ज्यावेळी तुम्ही बसने, ट्रेनने किंवा प्लेनने प्रवास करीत असाल त्यावेळी खिडकीत बसा म्हणजे तुमच्या कामात कोणाचा अडथळा येणार नाही. म्हणजे तुम्हाला किमान पुस्तके वाचता येतील किंवा एकांतात विचार करता येईल. विचार करणे हे देखील एक कामच आहे.

प्रकरण-१५

लोकांना प्रोत्साहीत करा की त्यांनी केवळ समस्याच नाही तर त्यावरील उपाय देखील घेऊन यावे.

आपण म्हणतो की आपण वेळ वाया घालवला पण असे म्हणणे चुकीचे आहे कारण वास्तवात आपण स्वतःला बर्बाद केलेले असतेः -एलिस ब्लोच.

अशा कितीतरी समस्या आहेत ज्या दुसऱ्याने निर्माण केल्या आहेत पण त्या कशा सोडवायच्या याचा विचार करण्यातच आपण आपला वेळ बर्बाद करीत असतो. आणि ज्यावेळी आपण त्या समस्या सोडवलेल्या असतात त्यावेळी आपण आपला महत्त्वाचा वेळ त्यात वाया घालवलेला असतो. आणि दुसरे असे की ज्याची समस्या आपण सोडवली आहे, त्याला आपण आपल्यावरची जबाबदारी बनवलेले असते. पुन्हा एखादी अशीच समस्या उत्पन्न झाल्यास तो व्यक्ती ती समस्या कशी सोडवयाची याचा विचार न

करता सरळ तुमच्याकडे येईल. उघडच आहे की आपली स्वतःची कामं आणि दुसऱ्याचं काम म्हणजे कामाचा ताण आपणच वाढवून घेतल्यावर महत्त्वाचं काम करायला आपल्याकडे वेळ तरी कुठे राहिलेला असतो ?

हे उदाहरण केवळ एकाच नाही तर कोणत्याही क्षेत्राला लागू होणारे आहे. ज्यावेळी तुमच्याकडे अशाप्रकारची एखादी समस्या घेऊन आलाच तर त्यालाच त्याच्यावरचे उत्तर विचारा. यामुळे होइल असे की त्याला उत्तर शोधण्याची सवय लागेल आणि त्यामुळे त्याच्यात इतके मानसिक परिवर्तन होइल की छोट्या मोठ्या समस्या तो स्वतःच सोडवायला सुरूवात करील. आणि तुमच्यावर त्याच्या कामाचा येणारा ताण कमी होइल. आणि तोच वेळ तुम्हाला तुमची महत्त्वाची कामे करण्यासाठी वापरता येईल. म्हणून आतापासूनच ठरवा की कोणीही तुमच्याकडे केवळ समस्या घेऊन येणार नाही तर त्यावरचे उत्तर शोधण्यासाठी त्याला प्रात्साहीत करण्याचे देखील काम तुम्हाला करायचे आहे. असे करून तुम्ही लोकांना आत्मनिर्भर करीत असता.

वेळच्या व्यवस्थापना संदर्भात उपयोगी पडणाऱ्या बाबी :-

- एक असे ठरवा की रिकामटेकड्या लोकांना (ज्याना वाटते की त्यांना काही काम नाही याचा अर्थ दुसऱ्याला पण काही कामे नाहीत आणि ज्यांच्याकडे जगण्याचा विशेष असा उद्देश नसतो) जास्तीत जास्त १५ ते २० मिनिटापेक्षा जास्त वेळ देऊ नका आणि त्याच्यापासून सुटका करून घ्या.

- जो कोणी तुमच्याकडे काही काम घेऊन येईल त्यावेळी त्यालाच विचारा की यावर काय उपाय आहे, थोडा वेळ थांबा आणि त्याला विचार करू द्या. त्याने उत्तर दिल्यांनतरच तुम्ही काही बोलावे.

प्रकरण-१६

कालमार्यादा ठरवा

वेळ खूप किमती आहे त्याचा उपयोग विचारपूर्वक करा-अज्ञात

एका महान व्यक्तीला विचारण्यात आले की असे एखादे ठिकाण दाखवा जिथे एकाच ठिकाणी आणि एकाचवळी सर्वांत जास्त प्रतिभावंत व्यक्ती मिळेल. त्या महान व्यक्तीने जे उत्तर दिले ते ऐकूण त्या प्रश्न विचारणाऱ्या व्यक्तीला नवल वाटले. कारण त्या ठिकाणाचे नाव होते कब्रस्थान. त्या महान व्यक्तीच्या मतानुसार या सर्व लोकांना ईश्वराने प्रतिभा तर खूप दिली होती. त्या लोकांना वाटत होते की कधीतरी ईश्वराने दिलेल्या प्रतिभेचा उपयोग करू, पण टाळत गेले, टाळत गेले आणि एक दिवस असा आला की त्यांच्याकडे वेळच राहिला नाही आणि ते या ठिकाणी पोहचले.

अगदी अशीच परिस्थिती क्रिकेटमॅचमध्ये देखील असते. मग ती मॅच ५० ओव्हरची असो किंवा २० ओव्हरची. मॅचचा परिणाम इतक्याच वेळात दिसणार

असतो. जसे की मॅचची ठरलेली वेळ (५० ओव्हर किंवा २० ओव्हर किंवा ५ दिवस) संपल्यावर, कितीही जिकंण्याची इच्छा असली तरी त्याचा काही उपयोग होत नाही कारण जिंकण्याची वेळ आपण गमावलेली असते.

टाळाटाळीपासून दूर रहाण्यासाठी एक मार्ग असाही आहे की आपले महत्त्वाचे काम करण्यासाठी एक वेळ ठरवून घ्या. ती वेळ जवळची असायला हवी. तितकाच वेळ जितका वेळ ते काम करायला लागणार आहे. तितक्या वेळेत काम झालेच नाही तर कामाची वेळ थोडी वाढवून घ्यायला हवी. परंतु स्वतःला सांगूनच ठेवा की तुम्ही प्रत्येक काम हे ठरलेल्या वेळेतच करणार आहात. ज्यावेळी तुम्ही प्रत्येक काम ठरलेल्या वेळेत पूर्ण करण्याची सवय लावून घ्याल त्यावेळी तुमचा समावेश समाजातील यशस्वी लोकांत होऊ लागेल.

वेळच्या व्यवस्थापना संदर्भात उपयोगी पडणाऱ्या बाबी :-

- वेळेची मर्यादा आणि तिचे होणारे परिणामः कोणतेही काम करण्यासाठी एक विशिष्ट वेळ ठरवून घ्या आणि प्रयत्न करा की ते काम त्याच ठरलेल्या वेळेत कसे पूर्ण होईल. ठरलेल्या वेळेत काम पूर्ण झाले नाही तर थोडा वेळ वाढवून घ्या. यासंदर्भात पार्किंसन सांगतात त्याप्रमाणे, तुमच्याकडे वेळ कमी असेल तर आपण आपल्या हातातील काम ठरलेल्या वेळेच्या आधीच पूर्ण करतो जसे की प्रवासाला निघण्यापुर्वी आपण काही कामं किती तातडीने पूर्ण करतो. पण तुमच्याजवळ जास्त वेळ असेल तर तुम्ही ते काम आरामात करणार आणि जास्त वेळ बर्बाद करणार.

- आपण कोणतेही काम विनाकारण करीत नाहीत, काहीतरी फायदा असतोच ते करण्यामागे. अशी कामं जी आपल्याला करावी असं वाटत नाही, त्या कामासाठी अशी एखादी पद्धती शोधून काढावी लागेल की आपण ते काम स्वतःहून कराला लागू. कल्पना करा की तुम्ही असा एक प्राजेक्ट करीत आहात जो यशस्वीपणे पूर्ण करायला तुम्हाला तीन महिने लागले आहेत. आता स्वतःला पुरस्कार देण्यासाठी थिएटरमध्ये जाऊन एखादी चांगली फिल्म पाहून घ्या, तुमची काम करण्याची पद्धत कोणती का असे ना. महत्त्वाची गोष्ट ही आहे की तुम्ही ते काम यशस्वीपणे पूर्ण केले आहे.

प्रकरण-१७

थोडा वेळ काढा आणि स्वतःला समजून घ्या.

काहीही करा पण वेळ वाया घालवू नका (खून करू नका) कारण वेळ तुम्हाला नष्ट करू (ठार करू) लागली आहे. -पॉल कोएलो

या जगाचे एक खास दुर्दैव आहे की दावा तर लोक असा करतात की त्यांना हे जग, समाज आणि सगळं काही समजलं आहे पण फारच थोड्या लोकांना हे समजलेलं असतं.

जसे की आपला मनुष्य म्हणून जन्माला येण्याचा उद्देश, आपले स्वप्न, जीवनाच्या बाजू, जीवनाच्या कमजोर बाजू इत्यादी.

या धावपळीच्या जगात थोडासा वेळ काढा आणि पहा की आपण कोण्या ठिकाणी आहोत.

महान माणसं ती असतात ज्यांना माहीत असतं की त्यांचा जन्म या जगात कशासाठी झालेला आहे. त्यांना या जगात काय प्राप्त करायचे आहे आणि ते या जीवनात प्राप्त करतातच.

आपल्याकडील सकारात्मक बाबी आपल्याला सांगतात की आपण कोणती कामं करायला हवीत. ज्यामुळे आपली सहज प्रगती होत राहील आणि आपल्या नकारात्मक बाजू आपल्याला सांगत रहातात की आपण कोणत्या कामात कमी पडतो. आपण ही कमी बाजू भरून काढली तर निश्चितच आपल्याला पुढे प्रगती करता येइल.

ज्यावेळी आपल्याला हे सगळं माहित होतं त्यावेळी आपण चांगलेच जागृत होतो आणि पहातो की आपण आपल्या वेळेचा उपयोग कशाप्रकारे करीत आहोत जे आपल्या भविष्यासोबत ताळमेळ खाणारे आहे का. आपलं जीवनमूल्य आणि आपले काम यामध्ये जितका ताळमेळ असेल, आपला आत्मविश्वास आणि आनंदाची पातळी तितकीच वाढलेली असेल ज्यावेळी असे होणार नाही त्यावेळी आपल्या आत्मविश्वासाची आणि आनंदाची पातळी कमी होताना दिसेल.

वेळच्या व्यवस्थापना संदर्भात उपयोगी पडणाऱ्या बाबी :-

- महत्त्वपूर्ण परिणाम मिळवून देणारे क्षेत्रः तुम्हाला कोणत्या परिणामाची अपेक्षा आहे ? तुम्हाला कशासाठी कामावर ठेवण्यात आले आहे ? मग तुम्ही नोकरी करीत असा किंवा तुमचा व्यवसाय असो, काही अशा गोष्टी आहेत, ज्यावर आपले उत्पन्न अवलंबून आहे, त्याच गोष्टी आपलं भविष्य ठरवतात.

- तुम्ही जर गोंधळात असाल तर माझ्यावर परिणाम करणारे महत्वपूर्ण क्षेत्र कोणते आहेत, तर जा आणि तुमच्या बॉसला किंवा निवडकर्त्याला विचारा आणि त्यांनतर त्या मुद्दावर सर्वांत जास्त मेहनत करा.

प्रकरण-१८

बेजबाबदारपणे काम केल्यास वेळ वाया जातो.

तुमच्याकडे जर योग्य पद्धतीने काम करण्यासाठी वेळ नसेल, तर तुम्हाला हेच काम पुन्हा करण्यासाठी वेळ काढावा लागेल. -एक रशियन म्हण

माझ्यासारखीच कदाचित तुम्ही पण अनेकदा ही चूक केली असेल, शर्टचे पहिले बटन चुकीचे क्रमाने लावले आणि त्यानंतर अशीच सर्व बटने लावून झाल्यावर चुक लक्षात आली आणि पुन्हा त्याच उलट्या क्रमाने सर्व बटने बदलावी लागलीत. जेव्हा शेवटचे बटन लावण्याची वेळ आली त्यावेळी बटन लावायला छिद्रच शिल्लक उरले नाही.

तुम्ही कितीही कष्ट घ्या पण एखाद्या शहराचा चुकीचा नकाशा घेऊन तुम्ही ते शहर नाहीच शोधू शकत. (उदा. तुम्ही लखनौ शहरात एक जागा शोधत आहात आणि हातात दिल्लीचा नकाशा आहे. तर तुम्हाला ती जागा शोधता येणार नाही, मग तुम्ही जिवाचा कितीही आटापिटा करा.) कोणत्या महान व्यक्तीने म्हटले देखील आहे की तुम्ही जर यशाची सीडी चढत असाल तर हे तपासून पहा की ती सीडी भिंतीवर टेकलेली आहे की नाही.

असेच काहीतरी आहे ज्यावेळी आपण एखादे काम बेजबाबदारीने करतो. अनेकदा एखादं काम ओबडधोबड पद्धतीने केल्यावर त्यात अनेक चुका रहाणारच ज्या सुधारण्यासाठी आपल्याला त्या कामासाठी लागणाऱ्या वेळेपेक्षा दुरूस्त करायला लागणारा वेळ जास्त लागतो.

त्यापेक्षा एखादे काम ओबडधोबड करण्यापेक्षा ते जर मन लाऊन केले. तर ते काम करण्यासाठी आपले लक्ष त्या लेजर फोकस सारखे आपल्या कामावरच असायला हवे. उदा. तुम्ही जर ऑफिसमध्ये काम करीत असाल तर तिथे तुमचे लक्ष केवळ त्या ठिकाणच्या कामावरच असायला हवे. नाहीतर ऑफिसमध्ये पूर्ण करता न आलेले काम घरी घेऊन आलात तर घरच्या लोकांना पण तुम्हाला वेळ देता येणार नाही, ज्यावेळेवर परिवाराचा अधिकार असतो.

यशस्वी लोकांचा हा एक गुण आहे की ते लहानात लहान काम असले तरी ते लक्षपूर्वक आणि चागंल्या पद्धतीने पूर्ण करतात. कारण की ते असे समजतात की कोणतेही काम छोटे नसते आणि जे काही समोर आले आहे ते चांगल्याच पद्धतीने पूर्ण झाले पाहिजे. तसे माणूस म्हटले की चुका ह्या होणारच पण त्याच त्याच चुका पुन्हा पुन्हा व्हायला नको आहेत.

अगदी अशीच परिस्थिती त्यावेळी होते ज्यावेळी पैसा वाचविण्याच्या उद्देशाने आपण दर्जाहीन स्वस्त सामान विकत घेतो. त्यात सुधारणा करण्यासाठी आपण पुन्हा आपला वेळ आणि पैसाही गमावून बसतो.

म्हणून ज्यावेळी आपण एखादे सामान विकत घेणार असू त्यावेळी त्याची गुणवत्ता तपासून पहा, म्हणजे आपला वेळ आणि पैसा विनाकरण वाया जाणार नाही.

वेळच्या व्यवस्थापना संदर्भात उपयोगी पडणाऱ्या बाबी :-

- **मुलाखती/मिटिंग्स**

  आपल्यापैकी बऱ्याच लोकांना एकतर लोकांना भेटण्यासाठी बाहेर जावे लागते किंवा ऑफिससंबंधीत बैठकांना जावे लागते. परंतु बैठका ह्या वेळेची बर्बादी म्हणूनच सिद्ध होतात. मिटिंग्स आयोजित करण्याचा काही खास उद्देश असायला हवा, असे गृहीत धरा की लेट (उशीरा) येणारा व्यक्ती येणारच नाही आणि मिटिंग सुरू करा, समाप्त करा. मिटिंग घेण्याचा एक खास उद्देश असायला हवा आणि कामाची यादी पण.

प्रकरण-१९

कामाचे भाग करा आणि मग एक एक भाग पूर्ण करा

जे काम आज पूर्ण करू शकता ते काम उद्यासाठी बाकी ठेवू नका.

- बेंजामिन फ्रॅंकलिन

माझ्या असे लक्षात आले आहे की कामाचा लोड पाहून ते काम उद्यावर ढकल्याचा विचार मनात येणे शक्य आहे. मी असे पण पाहिले आहे की काम कितीही मोठे असो त्याची जर विभागणी केली तर काम करायला सोपे जाते. माझे पहिले पुस्तक राजलनीति पूर्ण करायला मला ४ वर्षापेक्षा जास्तवेळ लागला. दुसऱ्या कामात व्यस्त असल्याने मी हे करू शकत नव्हतो. मग मी काही ओळी लिहायला सुरूवात केली. त्यानंतर मी थांबलो होतो. पण मी निश्चय केला की मी रोज काहीना कहीतरी

लिहिणारच. मग काही ओळी असतील किंवा शब्द असतील. ज्यावेळी मला लिहायची सवय लागली, त्यावळी मी एक पेज दररोज लिहायला सुरूवात केली. वेळ खूप गेला पण माझ्याकडे हस्तलिखित म्हणून काही हाती होते.

माझी दररोजची मेहनत होती. ती आता लेखाच्या स्वरूपात एकत्र होती, तिला मी व्यवस्थित आणि क्रमवारीने लावले आणि शेवटी राजलनीति हे पुस्तक बनले. ४००-५०० पृष्टाच्या पुस्तकालाही हेच नियम लागू होतात. जितका की तो माठ्या हॉलमध्ये लागणाऱ्या मल्टिप्लेक्स सिनेमा तयार कराला लागू पडतो. कॉम्प्युटरचे शिक्षण घेताना देखील आम्हाला हे सांगण्यात आले होते. मोठा प्रोग्राम लिहून घेण्याची अशी एक उत्तम पद्धत आहे की त्याचे लहान लहान भाग पाडा आणि शेवटी अशा केलेल्या वेगळया वेगळया भागाला एकत्र करा. म्हणून भविष्यात कितीही मोठ्या प्रकल्पाला पाहून घाबरून जाण्याची गरज नाही. ज्या गोष्टी तुम्हाला सहज करता येतील त्याने कामाला सुरूवात करा, त्यानंतर तुम्हाला काम करायला गति मिळू शकते आणि मग कठीण कामही सहज करू शकाल.

वेळच्या व्यवस्थापना संदर्भात उपयोगी पडणाऱ्या बाबी :-

- कामाची वर्गवारी करा. संशोधनातून असे आढळून आले आहे की ज्यावळी तुम्ही एखादे नवीन काम सुरू करता त्यावेळी त्या कामाला उशीरच लागतो. तेच काम दुसऱ्यांदा करायला घेतल्यावर कामाची वेळ कमी होते. म्हणून हे चांगले हाइल की आपण एकाच वेळी अनेक कामे करायला घेऊ नयेत. उलट एकप्रकारची कामं एकाचवेळी करायला घ्यावीत कारण की असे जर केले नाही तर (एक काम सुरू करणे आणि पुन्हा ते सोडून देणे) कितीतरी जास्त वेळ लागतो. लर्निंग कर्वच्या नियमानुसार ज्यावेळी आपण पहिल्यांदाच नवीन काम करायला घतो, त्यासाठी जास्त वेळ लागतो पण तेच तेच काम वारंवार करीत राहिल्यास लागणारा वेळ कमी कमी होत जातो. म्हणून काम सुरू करा आणि तोपर्यंत बंद करू नका जोपर्यंत पूर्ण होणार नाही.

प्रकरण-२०

काळासोबत स्वतःला तयार ठेवा

मग ही वेळ सर्वांत चांगली असो नाहीतर सर्वांत खराब असो, काही झाले तरी आपल्याकडे घालविण्यासाठी असणारा वेळ हाच तर असतो.

- आर्ट बूचवार्ड

तुम्ही शेवटची चिठ्ठी कधी लिहिली होती आणि पोस्टात टाकली होती ? पाणि थंड करण्यासाठी तुम्ही माठाचा उपयोग कधी केला होता ? शेवटचे ऑडिओवरचे गाणे कधी एकले होते ?

कदाचित तुम्ही म्हणाल जमाना झालाय या गोष्टीला. दुसरा प्रश्न तुमच्यासाठी आहे, काय तुम्हाला पुन्हा एकदा चिठ्ठी लिहायला, माठातील थंड पाणि प्यायला आणि ऑडिओवरील गाणे एकायला आवडेल ? तुम्ही म्हणाल नाही कारण त्याची काही गरज नाही, आज आमच्याकडे असे तंत्रज्ञान आले आहे जे त्यापुर्वीच्या पद्धतीपेक्षा

तात्काळ आणि चांगल्या पद्धतीने सेवा देणारे आहे. काळासोबत बदल व्हायलाच हवा. फारच कमी लोकं चिठ्ठी लिहून पाठवत असतील, फारच कमी माणसं पाणि थंड करण्यासाठी माठाचा उपयोग करीत असतील.

मेंदूची देखील हिच एक मोठी समस्या आहे की ते एकाच वेळी एकच विचार करू शकतं. एकाचवेळी तुम्ही दोन गोष्टीचा विचार नाही करू शकतं. नवीन काम करण्यासाठी तुम्हाला जुने काम बंद करावे लागेल. जसे की माठाचा उपयोग बंद करून तुम्ही फ्रिजचा उपयोग करणे सुरू केले अहे. अगदी असेच आपल्याला आपली जुनी विचार करण्याची पद्धत बदलावी लागेल आणि आधुनिक विचाराचा अंगीकार करावा लागेल. यासाठी तुम्हाला सतत शिकत रहावे लागेल.

मी इंटरनेटवर एका परदेशी दंतचिकित्सकाच्या संदर्भात वाचले. त्यातून मला नव्या दंत सर्जरीच्या संदर्भात माहिती मिळाली. ज्याद्वारे ते पेशंटच्या दातांना सुंदर बनवण्याचे काम करीत आलेले आहेत. त्यांनी अशाप्रकारची सर्जरी करायचे शिकायचे ठरवले आणि ही सर्जरी शिकत असताना एका वर्षात त्यांचे उत्पन्न दोनपट झाले. तुमचे उत्पन्न देखील दोनपट होऊ शकतं. तुम्ही जर तुमच्या क्षेत्रातील माहिती शिकण्याची तयारी ठेवली तर.

वेळच्या व्यवस्थापना संदर्भात उपयोगी पडणाऱ्या बाबी :-

- आपल्या क्षेत्रातील एखादे मासिक किंवा साप्ताहिक वाचायला सुरूवात करा.
- व्यक्तीगत विकास जसे की संभाषण कौशल्य, आत्मविश्वास आणि आत्मसन्मान वाढविण्याची कला या सारख्या विषयाच्या संदर्भात पुस्तकाचे वाचन.

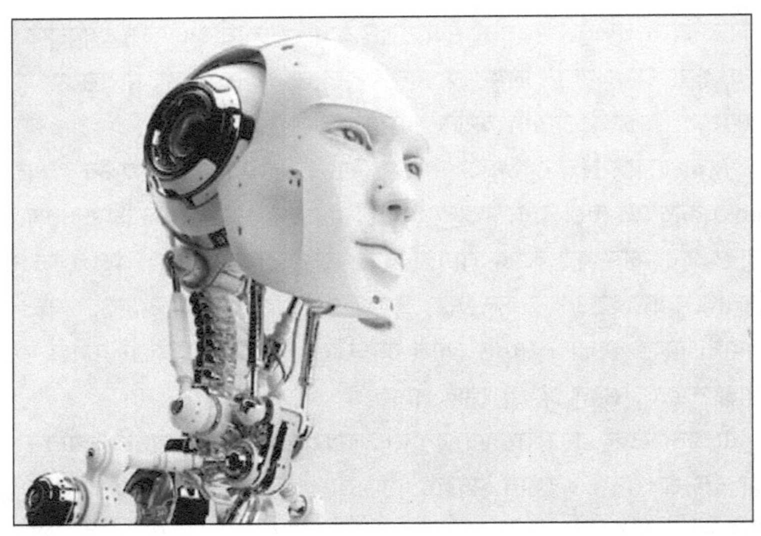

करण-२१

तंत्रज्ञानाला तुम्ही मित्र किंवा शत्रू असे काय बनवले आहे ?

ज्याप्रमाणे सोन्याचा एक धागा किमती असतो तद्ववतच आपल्या जीवनातील एक एक सेकंड तितकाच किमती असतो. -जॉन मेसन

इंटरनेटमुळे जग खूप छोटे झाले आहे. डोळयाची पापणी खाली-वर होइपर्यंत आपण जगाच्या दुसऱ्या टोकला असणाऱ्या व्यक्तीसोबत विडिओ कॉलिगद्वारे तात्काळ संपर्क करू शकतो आणि तेही समोरा समोर बसून. अगदी याप्रमाणेच कोणतेही काम करण्यासाठी आपल्याला तासन तास खर्च करण्याची आता गरज राहिलेली नाही जसे की ग्रंथालयात जाऊन माहिती शोधणे. आपल्या कॉम्प्युटरची बटने दाबून पाहिजे ती माहिती क्षणार्धात शोधू शकतो. वर्तमानात संपूर्ण जग तुमच्या मोबाईलमध्ये किंवा

कॉम्प्युटरवर एका बोटाच्या अंतरावर आहे.

यालाच तर तंत्रज्ञान म्हणतात. पण याची एक नकरात्मक बाजू देखील आहे. ज्याचा दुष्परिणाम आपल्या कितीतरी वेळेवर पडतो. सोशल नेटवर्किंग साइटस् जसे की फेसबुक, ट्रिवीटर आदी माध्यमावर आपले कसे तासन तास निघून जातील आपल्याला समजणार पण नाही. अशाचप्रकारे युट्यूब वर अनेक प्रकारचे व्हिडिओ पहाण्यात तुम्ही तुमचा किमती वेळ बर्बाद करू शकता. यादी लांब आहे, केवळ वेबसाइटच नाही तर व्हॉटस ॲप सारखी ॲप्लीकेशन देखील उपयोगाची आहेत. परंतु त्याचा जर केवळ मनोरंजनासाठी उपयोग केला तर तुमचा किमती वेळ बर्बाद झालाच म्हणून समजा.

आता हे केवळ तुमच्यावर आहे की या तंत्रज्ञानाचा उपयोग केवळ मनोरंजनासाठी करून तुम्ही त्याला तुमचा शत्रू करत आहात की फायद्यासाठी उपयोग करून मित्र म्हणून करीत आहात.

ज्यावेळी मी कायद्याचा विद्यार्थी होतो त्यावेळी जास्त व्यस्त होतो आणि मला अभ्यास करण्यासाठी अजिबात वेळ मिळत नव्हता. त्यावेळी मी तंत्रज्ञानाचा उपयोग केला आणि माझ्या मोबाइलमधील साउंड रेकॉर्डचा उपयोग करून कायद्याच्या पुस्तकातील काही महत्त्वाच्या पाठाचे रेकॉर्ड करून घेतले होते. मला ज्या ज्या वेळी रिकामा वेळ मिळत असे त्यावेळी मी ते मोबाइलला एअर फोन लावून ऐकत असे. मग मी घरात असो किंवा दुकानात. रिकाम्या वेळेचा मी चांगलाच फायदा घेतला होता. यासाठी मला केवळ एकदाच कष्ट घ्यावे लागले. आणि तंत्रज्ञानाचा अशाप्रकारे फायदा घेऊन मी शेवटी कायद्याचे शिक्षण यशस्वीपणे पूर्ण केले. ज्यात तंत्रज्ञानाचे सर्वात मेठे योगदान राहिलेले आहे.

वेळेच्या व्यवस्थापना संदर्भात उपयोगी पडणाऱ्या बाबी :-

- टेलिफानः टेलिफोन तसे बिझनेस उपकरण आहे, पण जास्त करून या सुविधेचा लोकं दुरूपयोगच जास्त करतात. या ठिकाणी देखील आपण आपला वेळ वाचवू शकतो. दिवसभर आलेले फोन जर नाही घेतले आणि लंच घेताना किंवा सगळे काम पूर्ण झाल्यावर सगळयांना एकदाच फोन केले तर आपला वेळ वाचू शकतो. रिकामटेकड्या लोकांसोबत फोनवर बोलताना त्यांना सरळ कामाचे बोला आणि विचारा की तुम्ही त्यांच्यासाठी काय करू शकता ? फोनवर बोलताना देखील

आपल्याकडे एक विशेष उद्देश किंवा अजेंडा /कामाची यादी असायला हवी. असे समजून चला की तुम्ही ताऱ्यांच्या माध्यमाने मिटिंग करीत आहात.

- एक महत्त्वाची सूचना: फोन कधीही जवळ कागद किंवा पेन असल्याशिवाय उचलू नका आणि जे काही महत्त्वाचे असेल ते लिहून घ्या आणि ते आठवण म्हणून जवळ ठेवा. तुम्ही जर व्यापारी असाल तर तुमचे हजारो किंवा लाखोचे नुकसान होऊ शकते.

प्रकरण-२२

नियंत्रणात आणि नियंत्रणाच्या बाहेर काय आहे.

तुमचे जर तुमच्या जीवनावर प्रेम असेल तर वेळ अजिबात बर्बाद करू नका कारण जीवन काळानेच बनलेले आहे -ब्रूस ली

काय तुम्ही पाच वर्षे मागे जायला तयार आहात ? तोंडातून बाहेर पडलेल्या शब्दाला तुम्ही माघारी घेऊ शकता ? काय केवळ विचार करून तात्काळ तुम्ही १००० किमी इतक्या दूरच्या शहरात जसे की माझ्यासाठी दिल्ली शहर आहे) शरीराने पोहचू शकता ? इत्यादी.

या सर्व प्रश्नांची उत्तर आहे अगदीच 'नाही.' कापण आपण आपला किमती वेळ भूतकाळातील चुकांचा विचार करण्यात घालवतो. सोबतच आपण असा विचार करण्यातही आपला वेळ वाया घालवतो की अरे यार मी जर असे केले नसते किंवा मी जर असे केले असते. परंतु काहीही केले तरी होऊन गेलेल्या गोष्टी आपण उलट किंवा सुलट नाही करू शकत.

ज्या ज्या वेळी तुमच्या समोर गोंधळाची परिस्थिती असेल त्यावेळी एक प्रश्न स्वतःला आवश्य विचारा की माझ्या नियंत्रणात काय आहे ? काय मी या संदर्भात काही करू शकतो ?

वरील प्रश्नाचे उत्तर 'होय' असे असेल तर या संदर्भात जे काही करता येण्यासारखे आहे ते ते सगळे करा आणि जर या प्रश्नाचे उत्तर 'नाही' असे आहे तर तो विषय ईश्वराच्या स्वाधीन करा आणि त्याने मदत करावी म्हणून प्रार्थना करा की त्याने सर्व ठिक करावे आणि त्याच्याकडे मार्गदर्शनही मागा.

यामुळे आपला दृष्टीकोण स्पष्ट होतो आणि आपण जागृत होतो की आपण आपल्या किमती वेळेचा सदुपयोग करू लागलो आहोत किंवा नाही आणि जर तुमच्या लक्षात आले असेल की तुमच्या वेळेचा तुम्ही सदुपयोग नाही करू लागलात तर तात्काळ ते काम करायला सुरूवात करा ज्यामुळे तुमच्या वेळेचा सदुपयोग होईल.

वेळच्या व्यवस्थापना संदर्भात उपयोगी पडणाऱ्या बाबी :-

- **वेळेची बांधीलकी:**

  जास्त करून लोकं वेळेची पर्वा करीत नाहीत. म्हणून ते वेळेनुसार काहीच करत नाहीत. तुम्हाला जर जबाबदार बनायचे असेल तर तुम्हाला वेळेवर सर्व काही करावे लागेल. प्रत्येक ठिकाणी वेळेवर पोहचायला हवे.

- तुमची प्रतिमा यामुळे बदलते की तुम्ही प्रत्येक ठिकाणी वळेवर पोहचता. तुमची प्रतिमा एक जबाबदार व्यक्ती अशी होइल आणि ज्यावेळी प्रमोशन अर्थात पदोन्नतीचा विषय येईल त्यावेळी अशा लोकांचा विचार केला जातो जे वेळ पाळतात.

- महान कोच विंस लोम्बार्डी यांनी लोम्बार्डी टाइमची रचना केली होती, त्यात त्यांना असे सांगायचे होते की त्यांच्या सर्व खेळाडूने ठरलेल्या वेळेच्या १५ मिनिटे आधीच हजर रहायला हवे आहे. म्हणजे टिमचा किमती वेळ अजिबात वाया जाणार नाही.

- जर तुम्ही बॉस/निवडकर्ते आहात तरी पण कर्मचाऱ्यावर ओरडू नका आणि त्यांना विनाकारण वाट पहायला लावू नका.

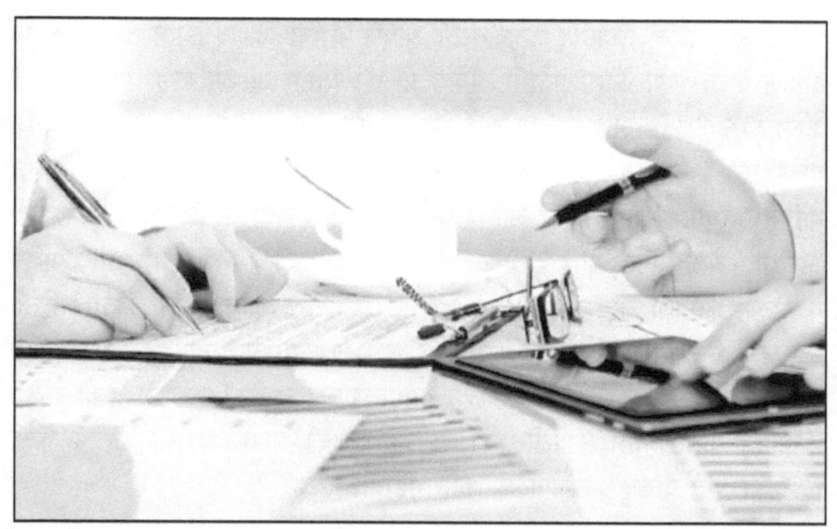

प्रकरण-२ ३

रूपया प्रमाणे वेळेचे पण अकाउंटीग करा

तुम्ही जो वेळ वाचवता ते संपत्ती समान आहे आणि वाचवलेलं धन कमावलेल्या धनासमान आहे. -महात्मा गांधी

लहानपणी आम्हाला मोठी माणसं असं शिकवत आणि समजावून सांगत की पहा बेटा, हा जो पैसा आहे ना, तो मोठ्या कष्टाने कमावला जातो, म्हणून त्याला सांभाळून ठेवा आणि विचारपूर्वक ख़र्च करा. पण पैशाच्या संदर्भात आपल्याला जी महत्त्वाची सूचना आपल्या परिवाराकडून दिल्या जाते, तशा प्रकारची सूचना ते वेळेच्या संदर्भात देतात का, पैशापेक्षा वेळ महत्त्वाची आहे, असे सांगितले जाते, पण अनेक परिवात असे दुर्देवाने सांगायचे विसरलेले असतात.

आपण सर्वांनी हे कधी नाही विसरले पाहिजे की वेळ ही पैशापेक्षा कितीतरी किमती आहे. पैसे तर तुम्ही कितीही आणि कधीही कमावू शकता, पण वेळ नाही

परत मिळवू शकत. जितक्या काटकसरीने आपण पैशाचा हिशोब ठेवतो तसाच हिशोब आपण वेळेचा पण ठेवला पाहिजे. पुढील प्रश्न विचारून आपण काही गोष्टी माहित करून घेऊ शकतो. आपला पैसा कोठे ठेवला आहे ? किती पैसे बाहेरून आले आणि बाहेर गेले ? पण वेळेच्या संदर्भात सबंधीत प्रश्नांची उत्तरे आपल्याला क्वचितच माहित असतात. आपला वेळ कोठे वाया गेला ? दिवसाचा वेळ कोणत्या कामासाठी उपयोगात येऊ लागला आहे ? छोट्या मोठ्या दैनिक गोष्टी जसे की स्नान करण्यापासून ते मोठ्या कामाला लागणाऱ्या वेळेवर लक्ष ठेवा की ते काम करण्यासाठी तुम्ही किती वेळ खर्च करू लागलेला आहात ? काय ते काम करण्यासाठी तितका वेळ देणे गरजेचे आहे किंवा यापेक्षा कमी वेळेत ते काम केल्या जाणार नाही ? ज्यावेळी तुम्ही वेळेची लिखापढी करू लागाल त्यावेळी तुम्ही जागृत व्हाल की आपण आपला वेळ महत्त्वाची कामं करण्यात घालवू लागलोत की कमी महत्त्वाची कामं ?

वेळच्या व्यवस्थापना संदर्भात उपयोगी पडणाऱ्या बाबी :-

- **वेळेचा लेखाजोखा:**
- लक्ष ठेवा की आपला वेळ कोठे खर्च होऊ लागला आहे किंवा तुमचा वेळ कोठे वाया चालला आहे, सामान्य माणसं महिना किंवा वर्षाच्या संदर्भात विचार करतात. जास्त यशस्वी माणसं आठवड्याचा विचार करतात आणि त्यापेक्षा जास्त यशस्वी लोकं मिनिटे आणि तासाचा विचार करतात.
- कोणतीही योजना कागदावर लिहून घ्या.
- वेळ वाचविण्यासाठी ४ जी इंटरनेट किंवा ब्रॉडबँड कनेक्शनचा उपयोग करा. कारण कमी गतीचे इंटरनेट आपला वेळ वाया घालवते.

प्रकरण-२४

‘नाही’ म्हणायला शिका

वेळ कधीच मरत नाही मरतात फक्त माणसं. -जे. एफ. लॉटन

अनेकदा असे होते की आपली कितीही इच्छा असली तरी आपण एखाद्या कामाला ‘नाही’ म्हणू शकत नाही. आपल्याला चांगले माहीत असते की आपण ते काम अजिबात करू इच्छित नाहीत किंवा करू शकत नाहीत पण समोरच्या व्यक्तीला वाइट वाटेल म्हणून इच्छा नसताना ते काम करतो आणि त्यामुळे ते कामही चांगले होत नाही आणि ज्यावेळी आपण ते काम करतो, त्यावेळी आपल्याला मनातली मनात सतत वाटत रहाते की आपण या कामाला होय असे का म्हणालोत.

जितके शक्य असेल तितक्या लवकर आपण करू न शकणाऱ्या कामाला ‘नाही’ म्हणा पण स्पष्ट शब्दात म्हणा. हे आपले जीवन आहे आणि आपल्या जीवनात

आपल्याला थोडीही प्रगती करायची असेल तर आपल्याला आपल्या वेळेच्या संदर्भात थोडे तरी स्वार्थी व्हावेच लागेल.

वाटल्यास हो म्हणण्यापुर्वी विचार करण्यासाठी वेळ घ्या. हो म्हटल्यानंतर सर्व होणारे परिणाम तपासून पहा, सगळा विचार करून आपल्याला जर असे वाटले की 'नाही' असे सांगणेच योग्य आहे म्हणून 'नाही' असे म्हणालात तर समोरच्याला वाइट वाटणार नाही. कारण तो पण विचार करील की तुम्ही त्याच्या प्रस्तावावर विचार करूनच निर्णय घेतलेला आहे.

वेळच्या व्यवस्थापना संदर्भात उपयोगी पडणाऱ्या बाबी :-

- प्रत्येक नवी सवय लागायला वेळ लागतो. नाही म्हणण्याची सवय लागायला पण वेळ लागेल पण ही फायदेशीर सवय लावून घ्यायला जास्त उशीर करू नका.
- स्पष्ट बोलणे आजारावरचे अर्धे औषध आहे आणि स्पष्ट उद्देशाला मोजल्या जाऊ शकते म्हणून जे काही आपण करू किंवा मिळवू इच्छितो त्या संदर्भात अगदीच स्पष्ट रहा.

प्रकरण-२५

कठीण कामातही निष्णात बना म्हणजे ते टाळणे बदं हाईल

जे काम कधीही केल्या जाऊ शकते ते काम कधीही केल्या जाणार नाही.

-स्कॉटिश म्हण

२००० च्या सुरूवातीच्या वर्षी मी ८ वीच्या वर्गात होतो आणि त्यावेळी वर्गात शिकविल्या जाणारा कॉम्प्युटर हा विषय मला अजिबात आवडत नव्हता. इतर विषयाप्रमाणेच माझी या विषयाच्या संदर्भात बोबांबोंब होती परंतु मला असे काही प्राधापक मिळाले ज्यांनी माझ्याकडून चांगली तयारी करून घेतली आणि माझा कॉम्प्युटरचा पाया मजबूत करून घेतला. नंतर एक वेळ अशी आली की त्यावेळी शिकवली जाणारी कॉम्प्युटरची भाषा माझ्यासाठी हाताचा मळ झाली. कारण की मी त्यात आता तरबेज झालो होतो. म्हणून मी कॉम्प्युटर या विषयापासून दूर पळणे बंद केले आणि त्यासंदर्भात जास्तीत जास्त माहिती मिळवण्याची इच्छा जागृत केली. कारण यामध्ये माझी आवड

वाढली होती आणि कदाचित हेच कारण होते की मी कॉम्प्युटरच्या क्षेत्रात माझे शिक्षण चालू ठेवले आणि B.C.A, A LEVEL (PGDCA),B LEVEL (MCA), CSSA,CSSP सारखे प्रमाणपत्र प्राप्त केले.

थोडक्यात सांगायचे म्हणजे ज्याला आपण कठीण असे समजतो, त्यापासून दूर पळतो आणि ते टाळत रहातो. कोणत्याही कठीण कामाला सोपे करण्याचा मार्ग आहे ते प्रथम समजून घ्या आणि त्यांनतर ते करा आणि तोपर्यंत करा की जोपर्यंत आपण त्यात तरबेज होत नाही.

कार चालविण्याचीच गोष्ट घ्या. ज्यावेळी आपण कार शिकायला सुरूवात करतो, त्यावेळी आपल्याला आपल्या हाताचा उपयोग गिअर बदलण्यासाठी स्टिअरिंग फिरविण्यासाठीच करावा लागतो, पायाचा उपयोग ब्रेक आणि क्लच दाबण्यासाठी करावा लागतो आणि डोळ्याचा उपयोग मागे पुढे पहाण्यासाठी करावा लागतो, सुरूवातीला तर हे काम गोंधळून टाकणारे वाटते. परंतु आपल्या सततच्या प्रयत्नाने हे काम देखील आपल्या डाव्या हाताचा मळ असे होऊन जाते आणि आपण यातही तरबेज होतो.

वेळच्या व्यवस्थापना संदर्भात उपयोगी पडणाऱ्या बाबी :-

- **टेलिफोन आणि येणारी जाणारी माणसं ;**

  ज्यावेळी मी लहान होतो, त्यावेळी लॅंडलाइन फोन असायचे आणि ज्यावेळी आमच्या घरी फोन यायचा त्यावेळी घरातील मोठी माणसं फोन घ्यायची आणि फोन कशासाठी होता हे सांगायचे. पण ज्यावेळी मी मोठा झालो त्यावेळी हे काम मी स्वतःच करू लागलो. कारण की मोबाइलचा जमाना आला होता. टेलिफोनच्या संदर्भात एक गोष्ट होती, फोनची रिंग ऐकू आल्यावर आम्ही स्वतःला रोखू शकत नव्हतो. सगळी कामं थांबवून फोन घ्यायला धावायचो. आपल्याकडे आज त्यापेक्षा चांगला पर्याय आहे. महत्त्वाचे काम करीत असताना फोनची बेल साइलंट करू शकतो किंवा आलेला फोन न उचलता नंतरही फोन करू शकतो.

- भेटायला येणाऱ्या अनेक लोकांना वेळेची किमत नसते म्हणून ते असा विचार करतात की इतरही आपल्यासारखेच असावेत रिकामटेकडे. त्यांनी जर तुम्हाला विचारलेच की तुम्हाला वेळ आहे का तर स्पष्ट शब्दात सांगा की माफ करा माझ्याकडे अजिबात वेळ नाही.

प्रकरण-२६

मैदानात उतरलात तर कदाचित जिंकालही पण मैदानात उतरलाच नाहीत तर पराभव अटळ आहे.

वेळ ही अशी गोष्ट आहे जी आपल्या सर्वांना पाहिजे असते आणि वेळच अशी गोष्ट आहे जी आपण बेभानपणे वाया घालवतो. -विलियम पेन

माझे पहिले राजलनीतिमध्ये मी **केवळ मैदानात उतरल्यानेच अनेकदा आपल्याला यश मिळून जाते** या नावाच्या प्रकरणात लिहिले होते आणि इथे तुमच्यासाठी पुन्हा एकदा देत आहे.

वर्षे २०११ मध्ये मी LL.B मध्ये प्रवेश घेण्यासाठी सेंट एन्ड्रज कॉलेजमध्ये अर्ज केला होता. १ महिना होऊन गेला होता तरी कॉलेजकडून कसलाही प्रतिसाद मिळाला नव्हता. २४ जुलै २०११ रोजी आर. जी. टेक एज्युकेशनचा मोठा कार्यक्रम होता

आणि मी तयारीला लागलो होतो. २३ जुलै २०११ रोजी LL.B ची परिक्षा होती, २२ जुलै पर्यंत देखील कसलेही बोलावणे आले नव्हते. मी २२ जुलै २०११ च्या दुपारी सेंट एन्ड्रूज कॉलेजमध्ये गेलो तालिबजी देखील माझ्यासोबत होते. तिथे विचारपूस केल्यावर माहीत झाले की माझ्या प्रवेश पत्रावर शिक्षणाच्या कॉलमध्ये BCA लिहिले होते. मी (BCAदेखील केले आहे) परंतु LL.B च्या प्रवेशासाठी LL.B नाही तर बीए किंवा बी कॉम असायला हवे आहे. मी म्हटले होय मी बी कॉम देखील केले आहे. काय मी आता तुम्हाला माझी कागदपत्र दाखवू शकतो ? त्यांनी म्हटले, हो, पण आज नाही. मी तात्काळ घरी गेलो आणि बीकॉमच्या मार्कशीटची कॉपी घेतली आणि सेंट एन्ड्रूज कॉलेज गाठले.

सेंट एन्ड्रूज कॉलेज मध्ये मी झेरॉक्स जमा केली आणि माझे ॲडमिशन कार्ड घेतले. आता प्रश्न असा होता की परिक्षेला बारा तासापेक्षा कमी वेळ होता. आर. जी. टेक एज्युकेशनच्या कार्यक्रमाची तयारी देखील करायची होती आणि रेग्युलर अभ्यास करायचे सोडून मला अनेक वर्षे झाले होते. मी गोंधळाच्या परिस्थितीत होतो.

मी या संदर्भात माझ्या वडिलांचा सल्ला घेतला. वडिलाने म्हटले की जा काही तासाची तर गोष्ट आहे, परिक्षा नाही दिलीस तर सगळं काही शून्य होऊन जाइल आणि दिलीस तर कदाचित काहीतरी होइल. २३ जुलै २०११ रोजी मी संकोच करीत पेपर द्यायला गेलो. परिक्षा हॉलमध्ये देखील माझ्या मनात आर. जी. टेक एज्युकेशनची दुसऱ्या दिवशी होणाऱ्या कार्यक्रमाची लांबच लांब यादी होती. असे असतानाही मला जे येत होतं ते मी लिहिलं. जे येत नव्हतं ते पण मी लिहिण्याचा प्रयत्न केला. परिक्षा जशी संपली तसा मी उर्वरीत कामं करायला बाहेर पडलो. दुसऱ्या दिवशी आर. जी. टेक एज्युकेशचा कार्यक्रम फारच जोरदार राहिला. काही वेळानंतर LL.B परिक्षेचा निकाल लागला. मी केवळ सेंट एन्ड्रूज कॉलेज मध्येच फॉम भरला होता. कारण की माझे आजोबा /वडीलही याच कॉलेजमध्ये शिकलेले होते. माझ्या वडिलांनी देखील सेंट एन्ड्रूज कॉलेज मध्ये LL.B ला ॲडमिशन घेतले होते. माझ्या वडिलांनी मला अनेकदा या कॉलेजातील एक संदेश ऐकवला होता. prove all things hold fast which is good ज्यामुळे त्यांच्या जीवनावर सकारात्मक परिणाम पडला होता. म्हणूनच माझी इच्छा होती की मी त्याच ठिकाणी प्रवेश घ्यावा.

असो मी माझा निकाल वर्तमानपत्रात शोधत होतो, मी खालून वर पहायला सुरूवात केली ते वरपर्यंत पण माझा नंबर काही दिसला नाही. मी निराश झालो.

मी पुन्हा तपासून पहाण्याचा निर्णय घेतला. पहिला, दुसरा, तिसरा...दहावा, आकरावा. 'अरे वा ! हा तर माझा नंबर आहे !'

मला LL.B साठी प्रवेश मिळाला होता. मेरिट लिस्टमध्ये ११ व्या जागी. १०० पैकी ७० मार्क. आणि यासाठी मला काय करावे लागले होते, केवळ मैदानात उतरावे लागले होते. थोडक्यात सांगायचे म्हणजे, तुम्ही योग्य संधीची वाट पहाल तर ती कधी मिळणार नाही, तुम्हाला प्रत्येक वेळा मैदानात उतरावे लागेल. मैदानात उतरलात तर कदाचित जिंकण्याची शक्यता असेल, पण तुम्ही मैदानात उतरलाच नाहीत तर आपला पराभव ठरलेला आहे. फक्त योग्य संधीची वाट पहाणे आणि मैदानात न उतरणे ही देखील वेळेची बर्बादी आहे.

वेळच्या व्यवस्थापना संदर्भात उपयोगी पडणाऱ्या बाबी :-

- बऱ्याच समस्या अंर्तगत असतात. म्हणजे त्या आपल्या विचारातून उत्पन्न झालेल्या असतात. बरीच कामं आपल्या हातात असतात पण ती काही गडबड तर होणार नाही ना, या भीतीपोटी करतच नाहीत आणि यामध्ये वेळ वाया जातो असा एक मानसिक दृष्टकोण तयार करा जो तुम्हाला कर्म करायला प्रेरित करील.

- तबियत ठिक नसेल तरीही वेळेची बर्बादीच होते. कारण आपण एकाग्र होऊन काम नाही करू शकत. म्हणून व्यायामाची सवय लावून घ्या. म्हणजे शरीर ठणठणीत आणि मन सकारात्मक राहिल. कामात मन लागेल आणि आपला किमती वेळ वाला जाइल.

प्रकरण-२७

वेळ तर जाणारच आहे पण काय तुम्ही या जाणाऱ्या वेळेचा उपयोग केला आहे ?

त्यावेळेच्या अनुभवाचा उपयोग तुम्ही समजदारीने केला तर वेळेची काहीच बर्बादी होत नाही. -अगस्त रोडिन

२०११ मध्ये लॉ कालेजला ॲडमिशन घेताना माझे वय केवळ २५ वर्षाचे होते आणि माझ्या एका मित्राने मला म्हटले की यार २०१४ मध्ये ज्यावेळी तुझे शिक्षण पूर्ण होइल, त्यावेळी तू २८ वर्षाचा होशील. त्यावेळी मी त्याला हसत हसत म्हणालो होतो, ठीक आहे, मी LL.B जरी पूर्ण केली नाही तरीपण ३ वर्षाने मी तसाही २८ वर्षाचा होइलच. वेळ तर तसाही जाणारच आहे. मी फक्त तो उपयोगात आणणार आहे.

मी माझेच सांगणार नाही तर माझ्याकडे अशा अनेक लोकांची उदाहरणे आहेत जी म्हणतात की माझ्याकडे ५ वर्ष वाट पहाण्यासाठी वेळ नाही आहे. कारण ५

वर्षानंतर माझे वय ३० वर्षाचे होइल. त्यांची इच्छा असो अथवा नसो ५ वर्ष तसेही निघून जाणार आहेत, फरक फक्त एकाच गोष्टीने पडेल की या पाच वर्षाचा त्यांनी उपयोग केला आहे किंवा नाही.

वेळ तर तशीही जाणारच आहे तुम्ही तिला कैद नाही करू शकत किंवा साठवूनही ठेवू शकत नाही. म्हणून असे म्हणतात की आपण वेळेचे नाही तर आपल्या कार्याचे व्यवस्थापन करीत असतो.

आपल्याकडे दोन पर्याय आहेत. एकतर वेगाने धावणाऱ्या काळाला तसेच जाऊ द्या किंवा त्याचा फायदा घ्या. म्हणजेच वेळेचा सार्थक उपयोग करून आपले उद्दिष्ट साध्य करा किंवा इतर लोकाप्रमाणे सांगा की माझ्याकडे इतकी वर्षे वाट पहायला वेळ नाही आणि मग पहा वेळ तुमच्यावर कोणती वेळ आणतो ते.

वेळच्या व्यवस्थापना संदर्भात उपयोगी पडणाऱ्या बाबी :-

- स्वच्छता/नीटनेटकेपणाः होऊ शकतं की तुमची स्मरण शक्ती ठीक आहे आणि तुम्ही सांगू शकता की कोणती वस्तू कोणत्या ठिकाणी आहे. असे असेल तर तुम्ही तुमचे सामान इकडे तिकडे अस्तव्यस्त पांगून ठेवू शकता. परंतु एका पहाणीत असे आढळून आले आहे की तुमच्या टेबलावर जर तुम्हाला पाहिजे आहेत त्याच वस्तू असतील तर तुमची उत्पादकात २०प्रमाणात जास्त वाढते.
- अशा काही वस्तू ज्या काही कामाच्या नाहीत आणि भविष्यात कामी येतील हे काही सांगता येणार नाहीत, अशा वस्तू कचराकुंडीत फेकून द्या.
- जे सामान किंवा कागद घरातील ज्या व्यक्तीच्या कामाचा आहे तो त्याच्याकडे सांभाळावयास द्या.
- तुम्ही त्या सामानाचे किंवा कागदाचे काही करा किंवा त्याला ठराविक जागी ठेवून द्या.
- तो जर कागद आहे तर त्याला संबंधीत फाईलमध्ये ठेवू शकता म्हणजे पाहिजे त्यावेळी त्याचा उपयोग होईल.
- एका पहाणीत असेही आढळून आले आहे की ज्यावेळी प्रमोशन /पदोन्नती देण्याची वेळ येते, त्यावेळी बॉस /निवडकर्ता सांगतो की मी त्या व्यक्तीचे कधीही प्रमोशन करणार नाही ज्याचे काम नेहमी अस्त व्यस्त असते, परंतु ज्याचे सगळे काही जागच्या जागी आणि व्यवस्थीत असते त्यालाच मिळेल.

प्रकरण-२८

सदैव सत्याच्या मार्गावरून चाला

तुम्ही मिनिटाचा हिशोब ठेवा, तासं त्यांचा हिशोब स्वतः ठेवतील.

-लॉर्ड चेस्टरफील्ड

लहानपणी मी टिव्हीवर एक विनोदी चित्रपट पाहिला होता, ज्याचं नाव होतं 'गोलमाल' जी ११८९ रोजी रिलिज झाली होती. ताबडतोब यश मिळण्यसाठी त्या चित्रपटाचा नायक खोट्याचा आधार घेतो, पण एक खोटे लपविण्यासाठी त्याला अनेकदा खोटे बोलावे लागते आणि खोटेच बोलत रहावे लागते. खोटे बोलण्याचे हे दुष्टचक्र चालूच रहाते.

खोटे बोलणाऱ्या व्यक्तीची आवस्था अशी होते जशी ती पतंग उडवताना दोऱ्याची होते. एकदा का दोरा हेलाकावा खाऊ लागला की हेलकावेच खात रहातो.

आता तुम्ही असा विचार करीत असाल की खरे आणि खोटे या गोष्टीचे आणि व्यवस्थापनाचे काय देणे घेणे आहे. खरे बोलण्याने वेळेची बचत होते. वरील चित्रपटाचाच विषय घेतला तर असे दिसेल की त्या चित्रपटाचा नायक एकदा खोटे बोलला नसता तर त्याला अनेकदा खोटे बोलून वेळ बर्बाद करावा लागला नसता.

खोटे बोलल्यामुळे व्यक्ती नेहमी यामुळे तणावामध्ये असतो की त्याने बोललेलं खोटं कधीही बाहेर येईल आणि त्याची फजिती होइल. एका खोटारड्या व्यक्तीला नेहमी लक्षात ठेवावे लागते की त्याला कोणत्या विशेष परिस्थितीमध्ये खोटे बोलावे लागलेले आहे. कारण कोणताही व्यक्ती बोलताना त्याच्या फायद्याचा विचार करूनच बोललेला असतो. असते ते पूर्ण खोटे. पण खरे बोलणाऱ्या व्यक्तीसोबत अशाप्रकारे काही घडत नाही. उलट सत्य बोलण्यामुळे त्याला स्वतःला प्रसन्न वाटते आणि यामुळे त्याचा आत्मविश्वासही वाढतो.

प्रत्येक धर्मात देखील मनुष्याला अशी शिकवण देण्यात येते की खरे बोलणे धर्म आहे आणि खोटे बोलणे अधर्म आहे म्हणून नेहमी खरे बोलून धर्माच्या मार्गावरून चाला आणि वेळ वाचवा.

वेळच्या व्यवस्थापना संदर्भात उपयोगी पडणाऱ्या बाबी :-

- लोकांना इंप्रेस/ प्रभावीत करण्यासाठी खोटे बोलू नका. होऊ शकतं की आपला तात्पुरता फायदा होऊ शकतो परंतु या थोड्या फायद्यासाठी अनेकदा खोटे बोलावे लागू शकते. यामुळे केवळ आपल्यावरचा विश्वासच कमी होणार नाही तर तुमचा वेळही त्यामुळे बर्बाद होऊ शकतो.
- वास्तव समजून घ्या आणि वास्तवच सांगा. आजच्या काळात सगळेजण समजदार आहेत, तुम्ही काय बोलता यावर कमी लोकांचे लक्ष असते, पण तुम्ही काय करता याकडे सर्वांचे लक्ष असते. म्हणून गप्पा मारण्यात वेळ घालवू नका. काम करा म्हणजे तुमच्याबद्दल लोकांना आपोआपच माहिती मिळेल.

प्रकरण-२९

नकारात्मक विचारांच्या लोकांपासून दूर रहा

जग ही एकमेव अशी गोष्ट आहे ज्याला उलटे फिरवता येत नाही. -अज्ञात

आपण खूप छोटे असताना मोठी माणसं एका गोष्टीची खास काळजी घेत असत की आपण चुकीचे काही खाऊ नाही ज्यामुळे आपल्या जिवाला धोका होईल. ते आपल्याला असेही शिकवत असत की अनोळखी व्यक्तीने दिलेला पदार्थ खाऊ नका किंवा घेऊ नका. त्यांची ही शिकवण खरोखरच चांगली होती.

परंतु आई-वडील पोटाच्या संदर्भात जितके जागृत आहेत तितके ते मेंदूच्या संदर्भात आहेत, असे दिसत नाही. पोटात जर एखादा विषारी पदार्थ गेला तर लगेच परिणाम पहायला मिळतो पण मेंदूत एखादा चुकीचा विचार प्रवेश करता झाला तर त्याचा परिणाम लवकर दिसत नाही. म्हणून बहुदा अनेक लोकांचे मेंदूत काय प्रवेश करीत आहे याकडे फारसे लक्ष असताना दिसत नाही.

काही दिवसापुर्वी मी थॉमस एडिसनची गोष्ट वाचली. थॉमस एडिसनची कहाणी एक आदर्श कथा आहे की नकारात्मक विचाराची माणसं किती नुकसानकारक ठरू शकतात. थॉमसला शाळेत घेतल्यानंतर सहाव्या दिवशीच त्यांच्या शिक्षकाने एक चिठ्ठी लिहिली आणि त्याला ती त्यांच्या वडिलांना द्यायला सांगितली. शिक्षकाने जसे सांगितले होते तसेच एडिसनने केले. ती चिठ्ठी वाचून एडिसनच्या आईला धक्काच बसला आणि ती रडू लागली.

त्या चिठ्ठीत असे लिहिले होते की एडिसनचा मानसिक स्तर या सामान्य मुलांसोबत शिकावा असा नसून तो जर या शाळेत शिकत राहिला तर त्याचा वाईट परिणाम त्याच्यासोबत शिकणाऱ्या इतर मुलांवर होऊ शकतो. एडिसनने त्याच्या आईला रडताना पाहून विचारले की त्या चिठ्ठीत असे काय आहे. आईने स्वतःला सावरत असे सांगितले की एडिसन इतका समजदार विद्यार्थी आहे की शाळेत एडिसनला शिकवण्याची कुवत असणारा शिक्षक नाही. त्यादिवसानंतर एडिसन शाळेत गेला नाही आणि त्याच्या आईने त्याच्यात इतका आत्मविश्वास जागृत केला की जीवनात त्याला जे हवे आहे ते तो प्राप्त करील.

आपण जाणतोच की एडिसन पुढे खूप मोठा शास्त्रज्ञ झाला. पण त्याच्या आईने तो विषारी विचारापासून एडिसनला दूर ठेवले नसते तर एडिसन निश्चतच महान शास्त्रज्ञ झाला नसता.

आपण एडिसन इतके नशीबवान नाहीत (कारण त्याच्या आईने चक्क शिक्षकाचे म्हणणे धुडकावून लावले होते आणि त्याच्या मनात आत्मविश्वास जागृत केला होता.) आपण मात्र कसलाही विचार न करता दुसऱ्याने सांगितलेल्या नकारात्मक गोष्टीवर विश्वास ठेवतो आणि अत्यंत अविचारी जीवन जगतो.

ज्यावेळी आपण आपल्या क्षमतेवर शंका घेतो त्यावेळी आपला आत्मविश्वास कमी होऊ लागतो आणि यशस्वी होण्याकडे वाटचाल करण्याचे थांबवतो. कामाला दुसऱ्या दिवसावर ढकलत रहातो आणि त्यात वेळ वाया जातो. अनेकजण केवळ यामुळे काम करायचे टाळतात की त्यांना कोणी तरी असे सांगितलेले असते की तुम्ही काही कामाचे नाहीत आणि जीवनात काहीही करू शकत नाहीत. तुम्ही ते मनावर घेता आणि खरोखरच काही काम हाती घेत नाही.

गरज या गोष्टीची आहे की प्रत्येक व्यक्तीने ईश्वराने त्याला दिलेली योग्यता ओळखावी आणि त्याचा करता येईल तितका चांगला उपयोग करावा. आणि त्यांनी

असे ठरवावे की ते नकारात्मक लोकांच्या संपर्कात येणार नाहीत आणि त्यांना त्यांचे नकारात्मक विचार सांगण्याची संधी देणार नाहीत.

वेळच्या व्यवस्थापना संदर्भात उपयोगी पडणाऱ्या बाबी :-

- ज्यावेळी तुमच्यावर कोणी नकारात्मक टोमणे मारत असेल त्यावेळी असा विचार करा की तो तुमच्यात सुधारणा व्हावी म्हणून बोलत आहे की तुम्हाला कमी लेखण्यासाठी. याकडेही लक्ष द्या जो व्यक्ती तुम्हाला नकारात्मक टोमणे मारत आहे त्याने त्याच्या जीवनात विशेष असे काय केले आहे. ज्या व्यक्तीने जीवनात काहीही केलेले नाही अशा व्यक्तीच्या बोलण्यावर विश्वास ठेवायला पाहिजे काय ?
- होऊ शकतं की तुम्ही करू लागाल आणि तुमच्याकडून काही चुका होतील, तुमच्यावर टीका पण होतील, पण एक गोष्ट लक्षात घ्या की ज्यावेळी तुम्ही काही कराल त्याचवेळी तुमच्याकडून काही चुका होतील आणि तुम्ही काही चुका केल्याच नाहीत तर तुम्ही शिकणार कसे ?
- कोण्यातरी महान व्यक्तीने म्हटले आहे की नकारात्मक माणसे अशी असतात की त्यांच्याकडे प्रत्येक प्रश्नाच्या उत्तरासाठी समस्या असते.

प्रकरण-३०

हुशार माणसे वेळ वाचवतात

बरोबर एक वर्षानंतर तुम्हाला वाटेल की अरे यार मी हे एक वर्षापुर्वीच का नाही सुरू केले. -कॅरेन लॅम्ब

एक तज्ज्ञ आपले काम करण्यात आणि ते तपासून पहाण्यात बराच वेळ देतात म्हणून त्यांच्याकडे एक दीर्घ अनुभव असतो. त्यांनी त्यांच्या कार्यकाळात अनेक प्रकरणं हाताळलेली असतात. त्यांच्यासाठी अशा गोष्टी म्हणजे डाव्या हाताचा मळ असतात आणि अशा गोष्टी त्यांना लवकर लक्षात येतात. तुम्ही जर तज्ज्ञाऐवेजी जर नवोदितांकडे जाणार असाल तर तो तुमचे काम करण्यापेक्षा काम वाढवून ठेवू शकतो. तज्ज्ञाला तुमची समस्या जितकी लवकर समजू शकते, तितक्या लवकर नवोदिताला समजत नाही, तो समजून घेण्यात जो वेळ घेतो तो तुमचाच वेळ असतो वाया गेलेला

आणि जितक्या अचुकपणे तो तज्ज्ञ तुमची समस्या समजून घेईल तितकी त्याला समजून घेता येणार नाही.

आपली तबियत खराब झाल्यावर आपण त्याच आजाराच्या तज्ज्ञाकडे जाणे पसंत करतो आणि त्यामुळे आपला आजारही बरा होतो. कायद्याचा विषय असेल तर आपण एखाद्या कायदा तज्ज्ञाकडे जातो मार्गदर्शनासाठी. मी कोणत्याही डॉक्टर किंवा वकीलाकडे जाण्याची गोष्ट करीत नाही तर तज्ज्ञाकडे जाण्याची गोष्ट करतोय ज्याने त्याच्या क्षेत्रात विशेष कामगिरी केली आहे आणि त्याचा सतत चांगला परिणाम दिलेला आहे. अशा तज्ज्ञाचा सल्ला घेण्यासाठी आपली तासनतास प्रतिक्षा करण्याची देखील तयारी असते. इतकेच नाही तर ते मागतील ती रक्कम देण्यास तयार असतो. कारण आपल्याला हे माहित असते की पैसा जरी गेला तरी परिणाम सकारात्मक मिळणार असून वेळही वाचणार आहे.

वेळच्या व्यवस्थापना संदर्भात उपयोगी पडणाऱ्या बाबी :-

- आपले क्षेत्र जे काही असेल आपण त्या क्षेत्रातील तज्ज्ञाकडून शिकले पाहिजे. हा मार्ग आहे वेगाने प्रगती करण्याचा.
- तज्ज्ञाकडे वेळ कमी असतो म्हणून त्यांच्याकडे जाताना आधीच संपर्क करून मगच जा. तयारी करून जा आणि त्यांना भेटण्याचा उद्देश काय आहे किंवा त्यांना काय विचारायचे आहे ?

प्रकरण-३१

तबियत खराब तर वेळेचीही खराबी

कोणतेही काम करण्यासाठी तुम्ही तोपर्यंत वेळ काढणार नाही जोपर्यंत तुम्ही ते काम करण्याचे मुद्दाम स्वतंत्रपणे ठरवत नाही. -चार्ल्स ब्रूकसटन

एंड्रू फ्लिंटोक इंग्लड क्रिकेटचे महान ऑल राउंडर खेळाडू होते. ज्यावेळी ते खेळत होते, त्यावेळी त्यांना जगातील महान खेळाडूपैकी समजण्यात येत होते. सुरूवातीला तर जखमी असल्यामुळे त्यांना काही काळ क्रिकटपासून दूर राहून आराम करावा लागला परंतु जखमेची समस्या गंभीर बनल्यावर त्यांना शेवटी वयाच्या ३२ व्या वर्षीच क्रिकेटला शेवटचा सलाम करावा लागला.

असे म्हणणे चुकीचे ठरणार नाही की त्यांची तबियत ठीक असती तर इंग्लड क्रिकेटमध्ये आपले योगदान देण्यासोबतच त्यांनी आनेक रेकॉर्डही मोडले असते.

तबियत चांगली असेल तर जीवनात आनंद आणि उत्साहाचे भरते येते आणि सोबतच यामुळे आपली क्षमता देखील वाढते. व्यक्ती ज्यावेळी निरोगी असतो त्यावेळी तो त्याचे काम लवकर आणि उत्साहाने करतो. पण तो जर आजारी असेल तर त्याच्याकडून कोणतेही काम होण्याची आणि जीवनाचा आनंद घेण्याची इच्छा नसते. केवळ वेळ पुढे ढकलल्या जाते इतकेच.

खराब तबियत किंवा जखमी असल्याने अनेक खेळाडांना त्यांच्या करिअरमध्ये अनेक सोनेरी संधी गमवाव्या लागलेल्या आहेत ज्यात विश्व कप आणि ऑलम्पिक सारख्या टुर्नामेंटचा समावेश आहे.

मग कोणी खेळाडू असो किंवा चित्रपट अभिनेता किंवा मोठा उद्योगपती या सगळ्यांची प्राथमिकता निरोगी असण्याला ते देतात. कारण की त्यांना माहीत आहे की तबियत चांगली असेल तरच चांगली कामे होऊ शकतात.

ज्यावेळी खेळाडू जखमी होतो त्यावेळी त्याला खेळ थांबावा लागतो आणि आराम करावा लागतो. त्याचा वेळ वाया जातो. हाच नियम चित्रपट कलाकारांना देखील लागू होतो. जखमी झाल्यामुळे त्याना उपचार घेण्यासाठी आराम करावा लागतो. आणि अशारितीने त्यांचाही वेळ वायालाच जातो. जास्तीचा पैसा तर तुम्ही कमावू शकता पण जास्तीचा वेळ आणि आहे त्यापेक्षा जास्तीचे आयुष्य तुम्ही जगू शकत नाही. म्हणून निरोगी असणे ही आपली प्राथमिकता असली पाहिजे. निरोगी राहाण्यासाठी पोषक आहार, व्यायाम आणि योगाभ्यास करण्याची गरज आहे.

वेळच्या व्यवस्थापना संदर्भात उपयोगी पडणाऱ्या बाबी :-

- उघड्यावरचे पदार्थ विकत घेऊ नका आणि खाऊ तर अजिबात नका. अशाप्रकारचे पदार्थ निकृष्ट तेलापासून, खराब पाण्यापासून आणि किडे-मुग्यांने संक्रमित झालेले असते. ज्याचा अरोग्यावर विपरीत परिणाम होऊ शकतो.
- दररोज एक तासाचा वेळ शरीरासाठी द्या, या पूर्ण तासात व्यायाम, योगा आणि प्राणायाम आदी प्रकार करण्यासाठी वेळ घालवा.

प्रकरण-३२

उधारी वसूल करण्यात वेळ बर्बाद होतो.

दुर्दैवाची गोष्ट अशी आहे की, वेळ फार लवकर संपतो आणि सुदैवाची गोष्ट अशी आहे की तुम्ही वेळेचे पायलट आहात- माईकल अल्टशूलर

खूप वार्षानंतर माझी एका मित्रासोबत भेट झाली. मी त्याला विचारले की तुझा व्यवसाय कसा चालला आहे. त्यानी सांगितले की त्याने त्याचा व्यवसाय बंद केला आहे आणि आता तो एका प्रायव्हेट कंपनीत नोकरी करीत आहे. हे ऐकून मला नवल वाटले आणि मला हे समजून घेण्याची उत्सुकता लागली की इतका चांगला चाललेला व्यवसाय बंद करण्याची वेळ त्याच्यावर का आली.

माझ्या मित्राने सांगितले की वडिलाच्या मृत्यूनंतर मी त्यांचा व्यवसाय सांभाळला, अनेकजन आमच्याकडून उधार माल घेऊन जात असत आणि सांगत असत की पैसे नंतर देऊ. पुढच्या वेळी जेव्हा ते येत असत त्यावेळी ते एकटे येत नसत तर त्याच्यासोबत

बहाणेपण असायचे आणि पुढच्यावेळी नक्की पैसे देऊ असे सांगत पून्हा माल घेऊन जायचे.

काही दिवसानंतर कोणाला तरी उधारी वसूलीसाठी पाठवले जायचो. काही वेळा मी स्वतः प्रयत्न केला. उधारी तर वाढतच चालली होती. वारंवार उधारी वसूल करण्यासाठी जावे लागत असल्याने दुकानामध्ये दुर्लक्ष होऊ लागले आणि त्याचा धंद्यावर वाईट परिणाम होऊ लागला. परिस्थिती इतकी बिघडली की त्यांना स्वतःला कर्ज घ्यावे लागले आणि आज त्यांना एका खाजगी कंपनीत नोकरी करावी लागत आहे.

मी कुठेतरी वाचले होते की उधार देणाऱ्याची स्मरणशक्ती उधार घेणाऱ्यापेक्षा खूप चांगली असते. मला असे नाही म्हणायचे आहे की उधार घेणारे सगळेच उधारी बुडवतात. परंतु अनेकजन असे आहेत की जे उधार घेतल्यानंतर उधारी द्यायचे विसरून जातात. उधारी केवळ पैशापूरतीच मर्यादीत नाही, किमती वस्तू, इतके की महत्त्वाची पुस्तके देखील परत दिली जात नाही. मला अनेक लोकांनी वाचण्यासाठी पुस्तके मागितली, वाचल्यावर परत देतो म्हणाले पण अशी माणसं मला पुन्हा भेटली नाही.

उधार देण्यास सरळ नकार द्या. नाहीतर आपलाच पैसा परत मिळवण्यासाठी आपल्याला विनंती तर करावीच लागेल सोबत अनेक चकरा पण माराव्या लागतील. आणि सगळयात महत्त्वाचे म्हणजे यामध्ये आपला किमती वेळ बर्बाद होतो.

वेळच्या व्यवस्थापना संदर्भात उपयोगी पडणाऱ्या बाबी :-

- एक निर्णय घ्या की तुम्ही किमती वस्तू असतील किंवा पैसा, कोणालाही उधार देणार नाही.
- अगोदरची उधारी असणारा व्यक्ती पुन्हा उधार मागत असेल तर अगोदरची उधारी मिळाल्याशिवाय त्याला दुसऱ्या उधारीसाठी शब्द देऊ नका. ईश्वर कृपेने पहिली उधारी मिळालीच तर त्याला पुन्हा देऊ नका.

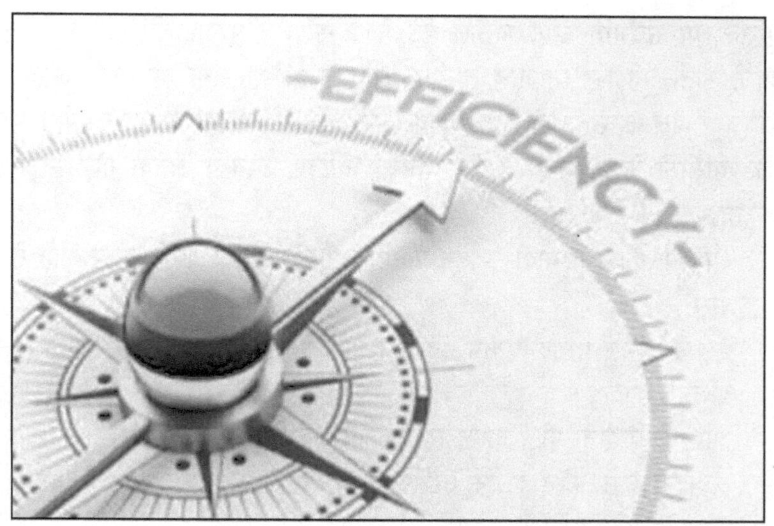

प्रकरण-३ ३

करा रिकाम्या वेळेचा सार्थ उपयोग

आपल्या वेळेचा ९० टक्के भाग उत्तरावर केंद्रित करा आणि १० टक्के भाग प्रश्नावर. -ऍन्थोनी जे डि ऐन जेलो

मला लखनऊला जायचे होते आणि माझी ट्रेन जवळजवळ पाच तास लेट होती, माझ्यासमोर दोन पर्याय होते एक तर या घटनेच्या संदर्भात रागराग करून पाच तास वाया घालवावेत किंवा यावेळेचा काही तरी उपयोग करावा.

ट्रेन आली नव्हती त्यामुळे स्टेशनवर प्रचंड गर्दी होती आणि तिथे बसायला जागा देखील नव्हती. मी प्लॅटफॉमवर बराच पुढे गेलो आणि कशी बशी मला बसण्यापुरती जागा मिळाली. आणि तेथे गर्दी जवळजवळ नसल्यासारखी होती.

मी माझा लॅपटॉप उघडला आणि माझ्या पुढील पुस्तकावर काम सुरू केले आणि पहाता पहाता पाच तास कसे गेले हे कळले पण नाही. या पाच तासात मी माझ्या

पुस्तकाच्या संदर्भात आठ पाऊले पुढे गेलो म्हणजेच पुस्तकाची आठ पाने लिहून झाली होती. मी जर या पाच तासाचा सदुयोग केला नसता तर माझे पुस्तक होते तिथेच राहीले आसते. मी एक लेखक असल्याने मी माझ्या वेळेचा उपयोग पुस्तक लिहण्यासाठी केला. तुम्ही देखील तुमच्या वेळेचा उपयोग अनेक गोष्टीसाठी करू शकता.

- आपल्या कामाची यादी उघडून पाहा, त्यापैकी जे काम करणे शक्य आहे ते पूर्ण करा.
- एखादे चांगले पुस्तक वाचून आपल्या माहितीत भर घाला. पुढील प्लानिंग करा- योजना बनवा.
- आपल्या मित्रांना फोन करून त्यांचे काय चालले आहे ते विचारा.
- आपल्या घरी फोन करून एखादे काम करायला सांगा किंवा ते काम कसे करायचे याचे मार्गदर्शन करा.
- तुम्हाला जर एखादे उत्पादन विकत घ्यायचे असेल तर त्यासंदर्भातली माहिती इंटरनेटवर सर्च करून मिळवू शकता.

ही केवळ काही उदाहरणे आहेत, आपला प्राधान्यक्रम आणि कार्यक्षेत्र वेगळं असू शकतं म्हणून तुम्हाला करता येईल त्या कामाची निवड तुम्ही करू शकता परंतु महत्त्वाची ही गोष्ट आहे की एक सेकंडही वाया घालवू नका आणि तुमच्या किमती वेळेचा सदुपयोग करा.

वेळच्या व्यवस्थापना संदर्भात उपयोगी पडणाऱ्या बाबी :-

- ज्यावेळी ट्रेनला उशीर होईल तेव्हा डॉक्टरकडे दवाखाण्यात वेळ जाणार असेल किंवा अशाच दुसऱ्या कोणत्याही परिस्थितीत रागराग करू नका किंवा आरडाओरडा करू नका. तर समजदारी दाखवून यावेळेचं काय करायचं याचा विचार करा.
- करण्यात येणाऱ्या कामाची यादी असणं महत्त्वपूर्ण आहे कारणं की या यादीमुळे आपल्याला काय करायचे आहे हे समजतं आणि ज्यावेळी रिकामा वेळ असेल त्यावेळेत यादीतील कामे पूर्ण करण्याशिवाय दुसरे कोणते काम असू शकते.

प्रकरण-३४

लोम्बार्डी टाइम

प्रत्येक क्षणी आपण आपली स्वतःची कहाणी लिहित असतसे.

-हश्ववर्ड मार्टिन

विंस लोम्बार्डी एक महान कोच होते. त्यांनी लोम्बार्डी टाइम शब्दाला शोधले होते. विंस लोम्बार्डी त्यांच्या खेळाडूकडून आणि कोचकडून अपेक्षा ठेवतात की मिटिंगची वेळ असेल नाहीतर प्रॅक्टीसची, ठरलेल्या वेळेच्या १५ मिनिटे हजर असले पाहिजे आणि ते जर असे नाही करू शकले तर त्यांना लेट समजले जात असत. म्हणून अशा वेळेला 'लोम्बार्डी टाइम' असे नाव पडले. म्हणजेच ठरलेल्या वेळेच्या आधी १५ मिनिटे पोहचणे. अशा रितीने विंस लोम्बार्डीने केवळ त्यांच्या टिमला स्वयं-शासितच केले नाही तर त्यांना एक विजेता देखील बनवले.

मी ज्यावेळी शाळेत शिकत होतो त्यावेळी जे विद्यार्थी ठरलेल्या वेळेच्या थोडे जरी

उशीरा आले तरी त्याला एक तास वर्गाबाहेर उभा राहण्याची शिक्षा देण्यात येत होती. विद्यार्थ्यांनी जर लोम्बार्डी टाइमचा उपयोग केला असता तर ते वेळेच्या आधी शाळेत तर आलेच असते पण त्यांचा एक तास वाया गेला नसता.

तुमची ट्रेन कधी मिस झाली आहे, आठवण करा की केवळ काही मिनिटाच्या उशीरामुळे तुमची ट्रेन मिस होते आणि तुमचा वेळ, पैसा आणि त्रागा इतकं सगळं काही मिनिटाच्या अंतराने तुम्हाला भोगावे लागते.

तुम्ही जर लोम्बार्डी टाइमचा उपयोग केला असता तर तुमची ट्रेन कधीही मिस झाली नसती.

लोम्बार्डी टाइमचा सगळयात चांगला फायदा हा होतो की आपण स्वयं-शासित होतो. आपल्याला ही सवय लागते की आपण ठरलेल्या वेळेच्या आधी हजर रहायला लागतो. अशा लोकांना मोठ्या आदराने पाहिले जाते जे वेळेची कदर करतात. वेळेची कदर करणारी माणसं फार कमी आहेत आणि जे आहेत म्हणूनच त्यांचं कौतूक होतं. ज्यावेळी प्रमोशनची गोष्ट असते त्यावेळी देखील या लोकांनाच प्राधान्य दिल जाते. तुम्ही देखील अशा लोकांच्या गटात सहभागी होऊ शकता. तुम्हाला केवळ इतकेच करायचे आहे की लोम्बार्डी टाइमचे जीवनात अनुकरण करायचे आहे.

वेळच्या व्यवस्थापना संदर्भात उपयोगी पडणाऱ्या बाबी :-

- लोम्बार्डी टाइमला आपल्या जीवनाचा भाग बनावा आणि सर्व ठिकाणी ठरलेल्या वेळेच्या १५ मिनिटे हजर रहा.
- तुम्हाला जर वाटत असेल की आपण सदैव लोकांच्या पुढे असांव तर लोम्बार्डी टाइमचे अनुकरण करा कारण की आजच्या काळातील बरीच माणसं आपल्या आणि दुसऱ्याच्या वेळीची कदर करीत नाहीत.

प्रकरण-३५

डिजिटल युगात टाइम मॅनेजमेंट

दोन कामं एकाचवेळी करण्याचा अर्थ आहे की एकही काम ठीकठाक न करणे. -पब्लियस साइरस

जिकडे पहावे तिकडे आपल्याल आज सगळ्याच्या हाती एक अत्याधुनिक उपकरण दिसेल ते म्हणजे मोबाइल. या पुर्वीच्या प्रकरणात मी लिहिले आहे की तंत्रज्ञानाला आपण एकतर आपला मित्र बनवू शकतो किंवा शत्रू तरी. तंत्रज्ञानाला आपण कशासाठी वापरतो हे सर्वस्वी आपल्यावर अवलंबून आहे. मी तंत्रज्ञानाला माझा मित्र बनवले आहे. मी माझ्या मोबाइलचा उपयोग पूर्णपणे टाइम मॅनेजमेंट करण्यासाठी यशस्वीपणे उपयोग करतो.

तसे तर आपल्याकडे आज टाइम मॅनेजमेंट करण्यासाठी अनेक प्रकारचे ॲप उपलब्ध आहेत. पण मा colornote नावाचे ॲप वापरणे पसंत करतो. मी ते गुगल

प्लेस्टोअरवरून डाऊनलोड केले होते. या ॲपमध्ये दिलेल्या कॅलेडरमध्ये मी त्या त्या दिवसाची यादी तयार करतो.

यादी तर तुम्ही एका स्पाइरल नोटबुकवर देखील बनवू शकता पण colornote वर यादी तयार करण्याचा फायदा असा आहे की-

- तुम्ही भविष्यातील कोणत्याही दिवसाची चेकलिस्ट तयार करू शकता.
- प्रत्येक दिवसाची सुरूवात होताच त्या दिवशी काय करायचे आहे ते तो आपल्याला आठवण करून देतो (तुम्ही तुमच्या कॅलेडरवर ही यादी टाकली असेल तर)
- कामाच्या महत्त्वानुसार त्या कामाला यादीत वर किंवा खाली असा क्रम बदलू शकता.
- यादीतील एखाद्या कामाला न कळत काढून टाकले असेल तर त्या कामाला पुन्हा यादीत स्थान देऊ शकता.
- राहून गेलेल्या कामाला पुन्हा उद्या करावयाच्या कामाच्या यादीत टाकू शकता.
- उदाहरणासाठी गृहीत धरू की तुम्ही विसरलात की तुम्ही कधी मोटारसाइकल विकत घेतली आहे. यादी मध्ये तिचा समावेश केला असेल तर तुमच्या colornote मध्ये सर्च केल्यावर तुम्हाला ते सगळी आठवण करून देइन, ज्या ठिकाणी तुम्ही मोटारसाइकल असे लिहिले आहे.

हे असे सगळे फायदे आहेत जे मला घेता आले, असेच अनेक प्रकारचे ॲप तज्ज्ञ लोकांनी बनवलेले आहेत जे की या डिजिटल युगात उपलब्ध आहेत. ॲपची निवड करण्यापुर्वी आपल्याला हे माहित असणे गरजेचे आहे की आपली गरज काय आहे आणि जी ॲप आपण निवडू लागलो आहोत ती वापरल्यानंतर लोकांनी काय प्रतिक्रिया दिल्या आहेत.

वेळच्या व्यवस्थापना संदर्भात उपयोगी पडणाऱ्या बाबी :-

- आजच गुगलवर सर्च करा की कोणता to do list किंवा checklist साठी ॲप आपल्या मोबाइलवर उपलब्ध आहे. तो डाउनलोड करा आणि या डिजिटल युगाच्या धावपळीत सहभागी व्हा.
- सुरूवातीला अनेक ॲप डाऊनलोड करून पहा, काही दिवस उपयोग करून पाहिल्यावर असा ॲप ज्याची आपल्या कामासाठी योग्य वाटतो, त्याला ठेवा आणि उर्वरीत ॲप डिलिट करून टाका.
- तुम्ही जर आइफोन वापरत असाल तर ॲपल ॲप स्टोर मध्ये तपासून पहा.

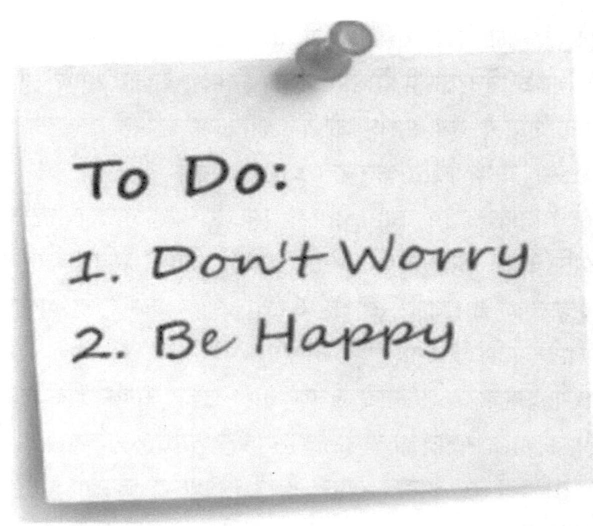

प्रकरण-३ ६

छोट्या छोट्या गोष्टींना मुद्दा बनवून वेळ वाया घालवू नका

श्रीमंत होण्याचा अर्थ आहे पैसे असणे, खूप पैसा असण्याचा अर्थ आहे वेळ असणे. -मारग्रेट बोनानो

एक छोट्याशा ठिणगीचे रूपातंर मोठ्या आगलोळामध्ये होऊ शकतं. अगदी तसेच एक छोटीसी गोष्ट देखील अनेक मोठ्या समस्यांना जन्माला घालू शकते. समजदारी यामध्ये आहे की छोट्या गोष्टींना मुद्दा बनवू नका. भविष्याचा विचार करून जे आहे ते त्याच ठिकाणी थांबवा.

दोन बालपणीचे मित्र सोबत शिकले आणि जीवनात पुढे गेले. एका दिवशी एका मित्राने थोडी गंमत केली पण दुसऱ्या मित्राने ते फार मनावर घेतले आणि त्याला

महत्त्वाचा मुद्दा बनवले. त्या थोड्याशा गंमतीने मैत्री आणि संबंधाना पूर्णपणे नष्ट करून टाकले. या घटनेने दोन्ही मित्रांत तणाव निर्माण झाला आणि त्यांची एकाग्रता आणि मानसिक शांतता भंग झाली. जो वेळ आपल्या कामात घालवायला पाहिजे तो वेळ ते आता ईर्षा आणि चिंता करण्यात घालवू लागले.

या दोन्ही मित्रांकडे दोन पर्याय आहेत. एकतर आहे तोच विषय कायम ठेवावा किंवा ईर्षा आणि चिंता करण्यात वेळ बर्बाद करावा. आपले भविष्य अंधारमय बनवावे किंवा पुन्हा शहाणपण दाखवावे, तडजोड करावी, अशी चुक पुन्हा होणार नाही असे कोणीतरी बोलावे आणि जीवनात पुढे चालावे.

माफ करणे कमजोर असल्याचे लक्षण नाही उलट सुखी जीवनाचा मंत्र आहे. ज्यावेळी तुम्ही कोणाला माफ करत नाहीत त्यावेळी तुमची आवस्था त्या जेलरसारखी होऊन जाते. तुम्ही जेलर आहात आणि कैदी तो व्यक्ती ज्याला तुम्ही माफ करीत नाहीत. जेलरला २४ तास कैद्यावर नजर ठेवण्यासाठी जागृत रहावे लागते. म्हणून जेलर कैद्यांवर नजर ठेवण्यापलिकडे दुसरे काहीही करू शकत नाही. मला नाही वाटत की हे वाचल्यांनतर तुमची जेलर बनण्याची ईच्छा होइल.

इतरांना माफ करा, त्यांच्यासाठी नाही स्वतःसाठी. स्वतःच्या मानसिक शांतीसाठी आणि सर्वांत महत्त्वाचे म्हणजे आपल्या किमती वेळेसाठी.

वेळच्या व्यवस्थापना संदर्भात उपयोगी पडणाऱ्या बाबी :-

- सामान्य जीवनात आपल्याला याचे उत्तम उदाहरण रस्त्यावर पहायला मिळू शकतं. न कळत एकाची मोटरसाइकल दुसऱ्याच्या मोटारसाइकलवर आदळते. दोघापैकी एकहीजण स्वतःची चूक मान्य करायला करायला किंवा माफी मागायला तयार नसतो. छोटीसी गोष्ट पण मोठी होते आणि विषय संपविण्यासाठी पोलिसाला मध्यस्थी करावी लागते. म्हणून अशा छोट्या मोठ्या संघर्षात पडू नका. चुक झाल्यावर माफी मागा आणि विषय संपवून आपल्या कासाठी वेळ द्या.
- मानसिक शांततेला सर्वोच्च प्राधान्य द्या. जेलर बनू नका आणि दुसऱ्याला कैदी बनवू नका. दुसऱ्याला माफ करा. त्याच्यासाठी नाही स्वतःसाठी आणि परमेश्वराकडे त्याला सदबुद्धि मिळो अशी प्रार्थना करा.

प्रकरण-३७

खास दिवसावर नजर असू द्या.

श्रीमंत माणसं वेळेत गुंतवणूक करतात, गरीब लोक सोन्यात गुंतवणूक करतात. -वारेन बफेट

प्रत्येक व्यक्तीचे हे कर्तव्य आहे की त्याने केवळ पैसा कमावू नाही तर तो सांभाळून पण ठेवावा. संपत्ती कमावण्यासाठी वेळ लागतो, म्हणूनच तुम्ही जर तुमची संपत्ती वाया घालवली तर त्याचा अर्थ असा होतो की तुम्ही तुमचा वेळ देखील वाया घालवला आहे. कारण पुन्हा संपत्ती कमावण्यासाठी वेळ द्यावा लागतो.

जास्तीचा पैसा कमावण्याचा मार्ग तुम्हाला दिसत जरी नसला तरी हे पण ठरवून घ्या की तुम्ही तुमच्याकडे असणारी संपत्ती कोणत्याही परिस्थितीत गमावून बसणार नाहीत. यासाठी एक सोपा मार्ग आहे 'खास तारखेची खास आठवण'

'विशेष तारखेच्या' अंतर्गत

- 'विशेष तारखेच्या' अंतर्गत
- विज बिल भरण्याची शेवटची तारीख
- आयकर भरण्याची शेवटची तारीख
- स्कुल, कॉलेजची फीस भरण्याची शेवटची तारीख
- आपल्या कर्जाचे हप्ते भरण्याची शेवटची तारीख
- आपल्या क्रेडीट कार्डचे हप्ते भरण्याची शेवटची तारीख.

आदी गोष्टी येतात. तुम्ही जर या सारख्या गोष्टीसाठी वेळेवर पैसा दिला नाही तर लेट फीस किंवा दंड म्हणून अतिरिक्त पैसा भरावा लागतो आणि हा अतिरिक्त दिलेला पैसा कमावण्यासाठी अतिरिक्त काम करावे लागते. सोप्या भाषेत यालाच वेळेची बर्बादी असे म्हणतात.

आपल्या कॅलेंडरवर नोट करून ठेवा किंवा चिन्ह करून ठेवा की कोणत्या महिण्यात कोणत्या दिवशी हप्ता भरायचा आहे, आपण नोट करून ठेवलेला दिवस त्या तारखेच्या पाच दिवस अगोदरचा असायला हवा. कारण काही कारणाने त्या दिवशी आपल्याकडे पैसा नसेल तर उर्वरीत पाच दिवस मिळतात आपल्याला पैसा जमा करण्यासाठी.

नियमित अशाप्रकारे कॅलेंडरचा उपयोग करण्याचा दुसरा असा फायदा आहे की चांगली सवय लागण्याबरोबरच तुम्हाला एक शिस्त लागत असल्याचे लक्षात येइल. यामुळे तुमचा केवळ वेळ आणि पैसाच वाचणार नाही तर तुम्हाला पूर्णपणे परिस्थितीच्या नियंत्रणात ठेवाल.

वेळच्या व्यवस्थापना संदर्भात उपयोगी पडणाऱ्या बाबी :-

- आजच भिंतीवर टांगण्यासाठी एक कॅलेंडर घेऊन या की ज्यावर तुम्हाला विशेष तारखेची आठवण करून देण्यासाठी चिन्ह करता येतील आणि त्या विशेष तारखांची तुम्हाला आठवण राहील.
- तुम्हाला जर कॅलेंडरवर चिन्ह करण्याची कल्पना आवडली नसेल तर आपल्या मोबइल कॅलेडरमध्ये एक रिमाइंडर लावा. आणि वेळेच्या आधीच हप्ता भरून आपला वेळ आणि पैसा दोन्ही वाचवा.

"I am Responsible"

प्रकरण-३८

कामाला शेवटास घेऊन जाण्याचा जबाबदारी स्वतः घ्या.

तुम्हाला जर वेळेची काही किमत नसेल तर तुमचा जन्म काही मोठं कार्य करण्यासाठी झालेला नाही. -अज्ञात

या जगात तुमचा सर्वांत जास्त विश्वास फक्त तुमच्यावरच असायला हवा. तुम्ही ३६५ दिवस आणि २४ तास स्वतःसोबत असता. तुम्ही तुमच्या कामासाठी दुसऱ्याची मदत घेऊ शकता किंवा तुमचे काम करण्यासाठी दुसऱ्याला सांगू शकता किंवा ते काम करण्यासाठी दुसऱ्या कोणाची नियुक्ती करू शकता. काहीही पर्याय निवडा पण असे गृहीत धरू नका की काम झाले आहे. जोपर्यंत तुम्ही खात्री करून घेत नाहीत की काम पूर्ण आणि पाहिजे तसे झाले आहे.

काम जर योग्य पद्धतीने आणि वेळवर पूर्ण झाले नाही तर त्या कामासाठी जबाबदार व्यक्तीला तुम्ही रागावू शकता किंवा त्याच्याकडील काम काढून घेऊ शकता. परंतु ते काम करण्यासाठी लागलेला वेळ परत नाही मिळवू शकत.

काही दिवसापूर्वी मी इंटरनेटवर एका घटनेबद्दल वाचले होते. एका व्यक्तीने त्याच्या कर्मचाऱ्याला फारच महत्त्वाचे कागदपत्रे/दस्तावेज ABC ठिकाणावरून XYZ व्यक्तीला देण्यास सांगितले, कर्मचारी ABC ठिकाणावर गेला आणि तिथे XYZ

बद्दल विचारले, त्यावेळी त्याला माहित झाले की XYZ दुसऱ्या कामसाठी बाहेर गेले आहेत. हे माहित झाल्यावर त्या व्यक्तीला आग्रह केला की ते ज्यावेळी परत येतील त्यावेळी कृपाया XYZ यांना ही कागदपत्रे/दस्तावेज द्या. ज्यावेळी XYZ ऑफिसला गेले त्यावेळी तो व्यक्ती घरी गेला होता आणि म्हणून XYZ कडे ती महत्वाची कागदपत्रे नाही पोहचली.

कर्मचाऱ्याने मालकाला आणि मालकाने कर्मचाऱ्याला विचारून खात्री करून घेतली नाही की कागदपत्रे/दस्तावेज XYZ या व्यक्तीला भेटली किंवा नाही. कर्मचारी असे गृहीत धरून होता की त्या सभ्य व्यक्तीने ती कागदपत्रे XYZ ला दिली असतील आणि मालक असे गृहीत धरून होता की कर्मचाऱ्याने दस्तावेज/कागदपत्रे खात्रने XYZ ला दिली असावीत.

XYZ शहरातील मोठे वकील होते आणि ही महत्त्वाची कागदपत्रे म्हणजे एका खटल्याचा महत्वपूर्ण पुरावा होता. जे त्याला दुसऱ्या दिवशी कोर्टात दाखल करायचा होता. त्याच्यापर्यंत ती कागदपत्रे आलीच नसल्याने पुरावा म्हणून त्याला ती कोर्टात दाखवता आली नाहीत आणि निकाल विरोधात गेला.

या बेजबाबदारपणामुळे मालकाचा वेळ आणि पैसा गेला. कर्मचाऱ्याला केवळ त्याची नोकरी गमवावी लागली. काही काळानंतर कर्मचाऱ्याला दुसऱ्या ठिकाणी नोकरी मिळाली पण अशाच बेजबाबदारपणामुळे त्या मालकाची आवस्थाही दयनीय झाली.

मी असे नाही म्हणत की लोकांना काम सांगूच नका, असे करणे शक्य देखील नाही. फक्त कामाची जबादारी दिल्यावर असे समजू नका की काम झाले आहे. तुम्ही स्वतः पाठपुरावा करा. खात्री करून घ्या की काम झाले आहे कि नाही.

वेळच्या व्यवस्थापना संदर्भात उपयोगी पडणाऱ्या बाबी :-

- ज्यावेळी तुम्ही एखाद्याला काम सोपवता त्यावेळी त्याला स्पष्ट सांगा की तुम्हाला कसे काम हवे आहे. चुक झाल्यास तात्काळ दुरूस्ती करा म्हणजे वेळ वाचेल. म्हणून जोपर्यंत काम पूर्ण होत नाही तोपर्यंत कामाचा पाठपुरावा करीत रहा आणि काम पूर्ण झाल्याची खात्री करून घ्या.
- मेहनतीचे फळ अर्धवट काम केल्याने नाही तर पूर्ण काम केल्याने मिळते. म्हणून ग्रहीत धरू नका तर खात्री करून घ्या की काम पूर्ण झाले किंवा नाही. ग्रहीत धरल्याने हाती निराशाच येते आणि किमती वेळ वाया जातो.

प्रकरण-३९

प्लॅन-बी पहिल्यापासूनच तयार असू द्या

जी माणसं वेळ वाया घालवतात तिच माणसं आपल्याकडे वेळ नाही म्हणून बोंबा मारतात. -जीन डे ला ब्रूयर

धनतेरसचा दिवस होता, स्वभावीकच शहरातील सगळी माणसं खरेदीसाठी बाहेर पडली होती. मी देखील होतो त्यांच्यात. खरेदी झाल्यांनतर मी माझी गाडी घेऊन घराकडे जायला निघालो पण रस्त्यात लांबच लांब रांग दिसली. या मार्गाने घरी जाणे म्हणजे दोन तास वाया घालवणे होते. मी तात्काळ गाडी वळवली आणि दुसऱ्या मार्गाने घराचा रस्ता पकडला. त्या रस्त्याने थोडे पुढे गेल्यावर देखील पुन्हा लांब रांगा आणि गर्दी पहायला मिळाली. मी पुन्हा मार्ग बदलून घेतला आणि त्यांनतरही पुढे गेल्यावर पुन्हा रस्त्यावर लांब रांगा गाड्यांची गर्दी दिसली. चवथ्यावेळी मला पुन्हा रस्ता बदलावा लागला आणि घरी कसे बसे पोहचावे लागले.

रात्री मी असा विचार करीत राहिलो की हे माझे शहर होते पण अशाप्रकारची घटना जर मी दुसऱ्या शहरात असताना घडली असती (ज्या शहरातील मला काहीही माहित नाही) तर काय झाले असते. एकतर गर्दी असताना देखील मला त्या रस्त्यावरून चालावे लागले असते किंवा दुसऱ्या व्यक्तीला दुसरा मार्ग विचारून त्या रस्त्याने गराडी

पळवली असती आणि कसाबसा पाहूण्यांच्या घरी पोहचलो असतो. हे तर तितकेच खरे आहे की रस्ता जरी बदलला असता तरी तो माहित नसल्याने लोकांना रस्ता विचारण्यातच बराच वेळ गेला असता जितका की गर्दीत गेला असता. या प्रकरणाने माझ्या मनात एक विचार आला की अशीच गोष्ट तर प्रत्येक क्षेत्रात आहे. म्हणून आपण एक प्लॅन वाया गेला तर दुसरा प्लॅन तयार ठेवायला हवा. त्यालाच B-प्लॅन असं म्हणतात. सोप्या भाषेत सांगायचे झाले तर तुम्ही जे करायचे ठरवलेले आहे ते आहे प्लॅन-A पण तो जर कुचकामी ठरला दुसरा प्लॅन तयार असायला हवा म्हणजेच प्लॅन B. प्लॅन A म्हणजे सगळेजण जे सामान्यपणे करतात पण प्लॅन बी एक अतिरिक्त पर्याय आहे जो प्लॅन A कुचकामी ठरल्यावर अमलात आणला जातो. प्लॅन-B मुळे फार मोठा वेळ वाचला जातो. कारण प्लॅन A वाया जाताच दुसरे काय करावे असा विचार करण्यात वेळ तर जातोच पण तो आधीपासूनच तयार असेल तर आपला वेळ त्यामुळे वाचतो.

उदाहरण म्हणून माझ्या लॅपटॉपचे देतो. माझा लॅपटॉप दुरूस्त करणारे जे मॅकॅनिक आहेत, जे लॅपटॉप नियमित दुरूस्त करतात, ते जर काही दिवसासाठी शहराच्या बाहेर गेले, मला एक तर ते येण्याची वाट पहावी लागेल किंवा मला दुसऱ्या मॅकॅनिकला बोलवावे लागेल. नव्या मॅकॅनिकचा शोध घ्यायचा म्हणजे वेळ वाया घालवणेच आहे. असे होणार आहे असे गृहीत धरूनच मी दुसरा प्लॅन-B तयार ठेवील. म्हणजेच आणखी एका मॅकॅनिकचा फोन नंबर जवळ ठेवील. त्यामुळे दुसरा मॅकॅनिक शोधण्यासाठी लागणारा वेळ वाचला जाइल.

प्लॅन-B चा उपयोग आपल्या जीवनातील अनेक क्षेत्रात आणि दैनिक जीवनातही गरजेप्रमाणे उपयोगात आणल्या जाऊ शकतो. तुम्हाला जीवनात जितके पुढे जायचे आहे, तितकाच तुम्ही कुशलतेने प्लॅन-B चा उपयोग करायला शिकावं किंवा तो तयार ठेवावा.

वेळच्या व्यवस्थापना संदर्भात उपयोगी पडणाऱ्या बाबी :-

- इलेक्ट्रीशयन, प्लंबर, स्वयंपाकी आणि ड्राइव्हर इत्यादी सारख्या लोकांच्या संदर्भात देखील प्लॅन-B तयार ठेवा म्हणजे तुमचा वेळ वाया जाणार नाही.
- तुमच्या क्षेत्रातल्या गोष्टीसंबंधीत प्लॅन-B तयार ठेवा जसे की नोकरी गेल्यावर पुढे काय किंवा चालू धंदा बद पडल्यावर पुढे काय.
- इंग्रजीत एक म्हण आहे Error prevention is better than error म्हणजे चुका होणयापुर्वीच त्या टाळणे चुका दुरूस्त करण्यापेक्षा चांगले आहे. या नियमाचे जरी तुम्ही पालन केले तरी तुम्ही तुमचा वेळ वाचवू शकता.

प्रकरण-४०

काय करायचे हे नक्की असेल तर वेळ वाचतो

ती माणसं फारच नशीबवान असतात ज्यांना वेळ आणि समजदारी एकाचवेळी आलेली असते कारण की वेळेवर समज येत नाही आणि ज्यावेळी समज येते त्यावेळी वेळ हातातून गेलली असते. -अज्ञात

माझ्या एका मित्राचे कपड्याचे दुकान आहे. मी त्याच्या दुकानावर होतो आणि त्याच्या सेल्समनला ग्राहकांना कपडे दाखवताना पहात होतो. सेल्समन तरूण होता आणि सगळयात चांगली गोष्ट ही होती की, तो जबरदस्त उत्साह आणि स्मित हास्य करीत ग्राहकासोबत संवाद साधत होता. तिथे बसल्या बसल्या त्या सेल्समनची खास गोष्ट ओळखली, प्रत्येक ग्राहकाचे तो फारच आदराने स्वागत करायचा आणि त्यांच्यासमोर काही प्रश्न ठेवायचा. प्रश्न काही याप्रकारचे होते-

- ❖ सर, मी आपली काय मदत करू शकतो ?
- ❖ आपल्याला कशाप्रकारचा शर्ट आवडेल फुल किंवा हाफ ?
- ❖ कलर कोणता दाखवू हलका (लाइट) किंवा गडद (डार्क) ?
- ❖ तुमच्या आवडीचा कलर कोणता आहे ?

सेल्समन असेच प्रश्न प्रत्येक ग्राहकाला विचारत होता आणि ग्राहकाच्या प्रत्येक उत्तरासहित तो त्यांना अधिक आत्मविश्वासाने कपडे दाखवत होता. अनेक ग्रहक कपडे विकत देखील घेत होते.

त्या सेल्समनवर प्रभावीत होऊन मी मित्राकडे त्या सेल्समनचे कौतूक केले. की कसा तो ग्राहाकासोबत चांगले वागत आहे. माझ्या मित्राने मान्य केले की सेल्समचा उत्साह कौतूक करण्याजोगा तर आहेच पण त्यापेक्षा त्याचं कौतूक तो ग्राहकाला जे प्रश्न विचारतो आणि त्याची उत्तरे मिळवतो यासाठी केले पाहिजे. प्रत्येक प्रश्न ग्राहकाला गोंधळात टाकत आहे आणि ग्राहक एक पर्याय निवडत आहे. हे ऐकूण सेल्समनचा देखील आत्मविश्वास वाढत आहे. त्यालाही जास्त कपडे दाखवण्याची वेळ येत नाही आणि कपडे विकल्या जातात. त्याने जर प्रश्न नाही विचारले तर ग्राहक संभ्रमात रहातील, ढीगभर कपडे काढतील आणि ग्राहकाला काय पाहिजे हे कळत नसल्याने त्याच्यातला आत्मविश्वास कमी होत जातो आणि परिणाम त्याच्याकडून कपडे विकले जात नाहीत.

जास्तीचे कपडे काढण्याचा अर्थ आहे जास्तीचा वेळ बर्बाद करणे आणि इतके कपडे काढूनही कपडे न विकणे म्हणजे आणखी नुकसानच.

माझ्यासाठी ही गोष्ट शिकण्यासारखी होती की काही गोष्टी स्पष्ट असतील तर त्यासाठी लागणारा वेळ चमत्कारीक पद्धतीने कमी लागतो.

मी कुठे तरी वाचले आहे की रोगाचे निदान होणं हेच अर्धा आजार कमी झाला असे समजावे. नेमका आजार समजणे याचा अर्थ वेळेची बचत. जीवनाच्या प्रत्येक क्षेत्रात स्पष्टता आणा आणि वेळ वाचवा.

वेळच्या व्यवस्थापना संदर्भात उपयोगी पडणाऱ्या बाबी :-

- तुम्ही व्यापारी असा किंवा सामान्य व्यक्ती, जीवनात तुम्हाला काय हवे आहे हे अतिशय स्पष्ट असू द्या.
- हे माहित करून घेण्यासाठी की तुम्हाला काय हवे आहे, स्वतःला नेहमी प्रश्न विचारत रहा.

प्रकरण-४१

गुणवत्तेसोबत तडजोड करू नका

वाया गेलेल्या वेळबद्दल तुम्ही पश्चाताप करीत असता त्यावेळी देखील वेळ वायाच चाललेला असतो. -अज्ञात

२०१५ मध्ये मी इंटरनेटवर एका फोनची जाहिरात पाहिली, डुयल सिम, कॅमेरा, एमपी-३ सारखे अनेक फिचर्स आणि किमत मात्र ८०० रूपये, मी विचार केला की इतक्या साऱ्या फिचर्सच्या बदल्यात ८०० रूपये काहीच किमत नाही. म्हणून मी देखील उशीर न करता मोबाइल साठी ऑर्डर बुक केली. मी खूप खुश होतो, मला असे वाटत होतो की मी फारच फायद्याचा सौदा केला आहे.

काही दिवसानंतर फोन आला. मी त्याचा वापर करणे सुरू केला. लवकरच म्हणजे दहा दिवसाच्या अंतराने फोन हॅंग होऊ लागला. २-४ दिवसानंतर मी त्याला घेऊन मोबाइल दुकानात घेऊन गेलो. त्याने दोन दिवस लागतील असे

सांगितले आणि दोन दिवसानंतर तो मला दुरूस्त करून मिळाला. कसाबसा तो एक महिना व्यवस्थित चालला पण पुन्हा पहिल्यासारखीच समस्या सुरू झाली. मी पुन्हा मोबाइल सर्व्हिस सेंटरमध्ये गेलो. पुन्हा त्याने दोन दिवस लागतील असे सांगितले आणि फोन दुरूस्त करून दिला. हे असे वर्षभर चालले. तोपर्यंत त्याची वारंटी संपत आली होती. वारंटी संपली तसे आमचे धैर्य देखील संपले आणि आम्ही त्या फोनला फेकून दिले. आम्ही हिशोब केला की ८०० रूपायाचा मोबाइल विकत घेऊन आम्ही नेमके किती पैसे वाचले होते. आमच्या असे लक्षात आले की पैसे तर गेलेच होतो, सोबत वेळही मोबइलच्या दुकानात दुरूस्त करण्यासाठी घालवला होता. आमच्या घरात अशीच फिचर्स असणारा दुसरा आणि अत्यंत विश्वसनीय कंपनीचा मोबाइल देखील आहे. किंमत म्हणाल तर यापेक्षा जास्तच आहे पण गेल्या तीन वर्षापासून वापर करूनही त्याची काही तक्रार अजूनतरी नाही.

मनुष्य आपली चुक लवकर विसरून जातो आणि २०१७ मध्ये देखील माझ्याकडून अशाच प्रकारची आणखी एक चुक झाली. ऑनलाइन जाहीरात पाहून मी असाच एक स्वस्तातला पेनड्राइव्ह मागवला परंतु यावेळी परिणाम देखील ८०० रूपायाच्या मोबइल सारखाच निघाला. मी पुन्हा सर्व्हिस सेंटरकडे घेऊन जात असे माझा वेळ बर्बाद करीत असे.

यानंतर मात्र मी असे ठरविले की काहीही असो, गुणवत्तेसोबत तडजोड नाही करायची. कारण खराब माल म्हणजे पैसा आणि वेळ अशी दोन्हीची पण बर्बादी.

वेळच्या व्यवस्थापना संदर्भात उपयोगी पडणाऱ्या बाबी :-

- एखादी वस्तू एकदाच घ्या पण गुणवत्ता असणारेच सामान विकत घ्या. यामुळे मानसिक समाधान तर मिळतेच पण दुरूस्त करण्यासाठी लागणारा वेळ आणि पैसाही वाचतो.
- सेल्समन काय म्हणत आहे किंवा जाहीरात काय दावा करीत आहे यापेक्षा तुम्ही कंपनीचे नाव आणि इतिहास तपासून पहा. उत्पादनाच्या संदर्भात लोकांचे काय मत आहे, हे तुम्ही ऑनलाइन देखील तपासून पाहू शकता.

प्रकरण-४२

गैरसमज तात्काळ दूर करा

माझ्यासाठी आजचा दिवस अत्यंत महत्त्वाचा आहे. हेच माझे जीवन आहे, माझ्याकडे हा क्षण पुन्हा येणार नाही. -बर्नी सीगल

आपल्या सगळ्यांना हे माहित आहे की पेट्रोल आणि एक लहानसी ठिणगी एकत्र आली तर काय होऊ शकतं. असेच काहीतरी आपल्या जीवनात देखील होते ज्यावेळी नातेसंबंधात गैरसमज निर्माण होतात.

गैरसमज अनेक कारणाने निर्माण होऊ शकतात. विनाकारण एकमेकांबद्दल चुकीच्या धारणा बाळगून असल्याने किंवा दुसऱ्या कोणीतरी गैरसमज वाढविण्यास मदत केल्याने किंवा दुसऱ्यांने भडकावून दिल्यामुळे. कारण काही का असे ना गैरसमजामुळे नात्यात दुरावा निर्माण होतो हे मात्र खरे. मैत्री करण्यासाठी आपण बराचसा वेळ दिलेला असतो पण गैरसमज अशा बळकट मैत्रीला क्षणार्धात नष्ट करून टाकतात.

घट्ट नात्यात विश्वासामुळे जिथे काम सहज आणि लवकर होते तिथे गैरसमजामुळे विश्वास नष्ट होतो आणि कामाची गती मंदावते आणि कठीण होऊन जाते.

गैरसमजाला ज्यावेळी सुरूवात होइल त्यावेळी त्यात वाढ होण्यापुर्वीच त्यात हस्तक्षेप करून ते तिथेच थांबवा. गैरसमजूत होण्याची कारणं शोधून काढा आणि दूर करा. वेळेच्या बचतीसोबतच तुम्ही तणावमुक्त व्हाल आणि तुमचे संबंध पुन्हा पहिल्यासारखेच घट्ट होतील.

वेळच्या व्यवस्थापना संदर्भात उपयोगी पडणाऱ्या बाबी :-

- अशा लोकांपासून दूर रहा ज्यांना दुसऱ्यामध्ये भांडणे लावण्याची सवय आहे. अशा लोकांना स्पष्ट शब्दात सांगा की तुमच्याकडे त्यांच्यासाठी अजिबात वेळ नाही.
- एखादा व्यक्ती तुमच्याकडे दुसऱ्याचे म्हणणे घेऊन आला तर तुम्हाला भडकवण्याचा त्याचा हेतू असेल तर त्याला तात्काळ विचारा की त्याला हे कसे माहित आहे ?

प्रकरण-४३

नियमित काळजी घेतल्याने वेळ वाचतो

वेळ कोणाची प्रतिक्षा करीत नाही. -फोलक्लोर

२००९ मध्ये मी माझ्या जीवनातली पहिली मोटारसाइकल विकत घेतली. मी तरूण होतो आणि जीवनातली पहिली गाडी होती म्हणून प्रत्येक दिवशी गाडीची विशेष काळजी घेत होतो. गाडी वेळेवर सर्व्हिस होत होती आणि कसली समस्या असेल तर ती तात्काळ दूर केल्या जायची.

२०१३ मध्ये एक ॲक्टिव्हा देखील विकत घेतली. ती विकत घेतल्यानंतर मोटारसाइकलचा वापर कमी झाला आणि काही वेळेनंतर मोटारसाइकलचा वापर करणे अगदीच बंद झाले. २०१६ मध्ये अचानक परिवारात दोन गाड्यांची गरज भासू लागली. काही हरकत नाही आपल्याकडे दुसरी गाडी आहे. तिचा बऱ्याच दिवसापासून वापर नाही आहे म्हणून मी तिला चालू करण्याचा प्रयत्न केला तर खरे

सांगायचे म्हणजे ती चालू होत नव्हती. मी कितीतरी वेळ प्रयत्न केला पण काही उपयोग झाला नाही. त्यांनतर मी मॅकॅनिकला बोलावले. त्याने तपासून पाहिल्यांनर सांगितले की अनेक दिवसापासून एक ठिकाणी असल्यामुळे इंजिन गंजले आहे आणि ते दुरूस्त करून उपयोगाचे नाही कारण दुरूस्त करण्यासाठी जितके पैसे खर्च होतील त्यात आणखी थोडे पैसे टाकून नवी मोटारसाइकल विकत घेणे परवडेल.

तो माझा जुना मॅकॅनिक असल्याने त्याने हे पण सांगितले की ३ वर्षापुर्वी त्याच्याकडे ही गाडी ज्यावेळी मी घेऊन जात असे त्यावेळी ती चांगल्या आवस्थेमध्ये होती. मी तिला वापरणे चालू ठेवले असते आणि तिची सर्व्हिस करीत राहिलो असतो तर ही मोटारसाइकल आजही उपयोगात आली असती. त्याचं म्हणणं अगदीच १०० टक्के खरे होतं.

मला अशीच एक घटना आठवली. २००० मध्ये आमच्याकडे छोटासा परंतु सुंदरसा असा एक बगीचा होता. ज्यात वेगवेगळया प्रकारचे फुले आणि रोपटे आणि वेली, हिरवेगार गवत पसरलेले होते. हा आमच्या माळयाच्या दैनदिन कष्टाचा परिणाम होता. ते दररोज या बागेत खपत आणि काळजी घेत. काही कारणाने आमचा माळी किमान दोन महिने तरी आला नाही. या दरम्यान आमचा सुंदर दिसणारा बाग मात्र वाळवंटामध्ये रूपातरीत झाला होता. सगळे फुलांचे रोपटे वाळून गेले होते आणि गवत वाळून तर गेलेच होते पण त्या ठिकाणी रानटी गवत उगवले होते. ज्यावेळी परत आला त्यावेळी त्याला तो बाग पुर्वीसारखा करण्यासाठी किमान ८-१० महिने लागले.

निसर्गाने आपली रचनाच अशी केली आहे की आपल्याला दररोज काहीतरी करावे लागणार आहे, तरच सगळं काही ठिक असणार आहे. आपले केस आणि नखाचेच उदाहरण पहा ना. एक वर्षभर आपण जर आपले नखं आणि दाढी याची निगा राखली नाही तर कल्पना करा काय होऊ शकत ?

वेळ आणि वेळेची बचत करण्यासाठी नियमित निगा ठेवण्याची सवय लावून घ्या कारण की एकदा का त्या गोष्टी खराब होऊ लागल्या की त्या पुर्वीसारख्या होण्यासाठी बराच वेळ लागतो. जसे की बगीचा आणि मोटारसाइकलचे झाले. त्यांना पुर्वीसारखे करण्यासाठी वेळ आणि पैसाही खर्च करावा लागलेला आहे. म्हणून तुमची गाडी, बगीचा किवा दाढीचे केस हे सगळं तोपर्यंत ठिक चालेल जोपर्यंत तुम्ही त्यांची निगा करीत आहात.

वेळच्या व्यवस्थापना संदर्भात उपयोगी पडणाऱ्या बाबी :-

- आपले जे काही सामान असेल ज्याला सर्व्हिसची गरज असेल, जसे की गाडी, वॉटर प्युरिफाइर इत्यादी. त्यांची सर्व्हिस करण्याची तारीख आजच पाहून ठेवा आणि पहा की त्यांची सर्व्हिस करायची आहे. अशाप्रकारची तारीख कुठेतरी लिहून ठेवा आणि त्याच तारखेला त्याची सर्व्हिस आवश्य करा म्हणजे भविष्यात तुमची ती उपकरणं चांगल्या आवस्थेत रहातील आणि तुमच्यावर डोकं फोडून घेण्याची वेळ येणार नाही.
- ज्यावेळी तुम्हाला काही उपकरण विकत घ्याचे असतील त्यावेळी त्याची गुणवत्ता तपासून विकत घ्या कारण खराब गुणवत्तेचं सामान लवकर खराब होण्याची शक्यता जास्त असते आणि यामध्ये वेळ आणि पैसा दोन्हीची पण बर्बादी होते.

प्रकरण-४४

लक्षात ठेवा: कोणत्या कामासाठी किता वेळ द्यावा लागेल

वेळ असे वादळ आहे ज्यात सगळं काही विरून जातं. -विलियम कार्लोस विल्यम्स

तुम्हाला जर एखादे मूल असेल आणि ते जर शाळेत जात असेल तर तुमच्या मतानुसार त्याने एका वर्गात किती वेळ शिकायला पाहिजे ? तुमचे उत्तर असेल एव्एक वर्षापेक्षा जास्त काळ त्याला एक वर्ग पास होण्यासाठी पुरेसा आहे त्यापेक्षा जास्तीचा काळ तुम्ही सहन करू शकत नाही. पण जर असे झाले तर तुम्हाला काळजी वाटेल आणि तुम्ही असे ठरवाल की भविष्यात असे होऊ नये.

काय तुम्ही कधी कोणाच्या लग्नात गेला आहात. मला वाटतं की हे शक्य आहे.

तुम्ही एक गोष्ट लक्षात घेतली आहे काय की लग्नासाठी हजर असलेली मंडळी थांबत असतील एखादा तासच पण लग्नाला येण्याची तयारी आणि नटणे-खटणे यात त्यांनी किती वेळ घालवलेला असेल, मग ते लग्न कोणाच्या ओळखीचे असो किंवा अनोळखीचे. प्रत्येक व्यक्तीने चांगले कपडे परिधान करायला आणि चांगले दिसायलाच हवे. यामुळे लोकांच्या मनात त्यांच्याबद्दल सकारात्मक प्रतिमा निर्माण होते. पण काय नटण्या-खटण्यासाठी नको तितका वेळ खर्च करायला हवाच का. मी अलिकडेच इंटरनेटवर वाचले आहे की फेसबुकचे संस्थापक मार्क झुबेरबर्ग त्यांचा वेळ वाया जाऊ नये म्हणून नेहमी एकच प्रकारचा शर्ट परिधान करतात. यामुळे त्यांचा बराचसा वेळ वाचतो आणि ते आपला किमती वेळ महत्त्वाची कामं करण्यासाठी वापरतात.

केवळ कपडेच नाही तर तुम्ही इतरही अनेक छोट्या छोट्या गोष्टीकडे लक्ष द्या आणि पहा की तुमचा वेळ कशा कशात आणि किती जातो, मग ते दात घासणे असो, टिव्ही पहाणे असो किंवा इतर कोणतेही काम असो, या प्रत्येक कामासाठी तुम्ही किती वेळ देता याकडे एकदा तुम्ही लक्ष द्या आणि स्वतःला विचारा-

- काय या कामासाठी इतका वेळ देणे ठिक आहे ?
- मी या क्षणी असे काय करावं की ज्यामुळे माझ्या वेळेचा सर्वांत चांगला उपयोग होईल ?

वेळच्या व्यवस्थापना संदर्भात उपयोगी पडणाऱ्या बाबी :-

- आठवड्यात तुम्हाला ज्या दिवशी सुट्टी असेल त्या दिवशी हे ठरवा की तुम्ही पुढील ६ दिवस काय परिधान करणार आहात आणि जर शक्य असेल तर त्यांना त्या क्रमाणे अलमारीत ठेवून द्या.
- कोणत्याही लग्नाला जाण्याची तयारी करा पण कमीत कमी वेळेत हे सजण्या-धजण्याचा कार्यक्रम पूर्ण होईल याची काळजी घ्या. वाचलेला वेळ काही महत्त्वाची कामं असतील तर ती पूर्ण करण्यात घालवा.

प्रकरण-४५

१-२-३

तुम्ही गेलेला वेळ भरून नाही काढू शकत, तुम्ही केवळ आहे त्या वेळेचा भविष्यासाठी उपयोग करू शकता. -ऐश्ले ओरमन

वर्तमान काळात माणूस फक्त आणि फक्त कामात बुडलेला आहे. तशातच बिनकामाची कामं करण्यात वेळ जात असल्याने महत्त्वाची काम तशीच राहून जातात. मग होते काय की कामाचा ढिगारा तयार होत जातो आणि तो कमी करण्याचा प्रयत्न करताना तो ढिगारा पाहूनच हातपाय गळून जातात किंवा ते करताना काम व्यवसस्थीत होत नाही. ज्यावेळी अशी परिस्थती निर्माण होते, म्हणजे तुम्ही खूप व्यस्त आहात आणि कोणते काम करावे हेच समजत नाही तर अशावेळी डोके शांत ठेवा आणि कागदावर करावयाच्या कामाची यादी लिहून काढा. (कॉम्प्युटरवर किंवा मोबइलवर) म्हणजे तुम्हाला ती सहज पहाता येइल आणि स्वतःला विचारा की कोणते असे काम आहे जे

केल्याने माझा भविष्यात फायदा होइल. मनात जे काही उत्तर येईल ते लिहून काढा.

नंतर स्वतःला दुसरा प्रश्न विचारा की असे कोणते काम आहे जे केल्याने माझा भविष्यात फायदा होइल, मनातली मनात येणारे उत्तर लिहून घ्या.

पुन्हा एकदा स्वतःला विचारा की असे कोणते तिसरे काम आहे जे केल्याने मला त्याचा भविष्यात फायदा होइल. मनातली मनात येणारे हे पण उत्तर लिहून घ्या.

आता स्वतःला आदेश द्या की क्रमाने लिहिलेले पहिले, दुसरे आणि तिसरे काम प्राधान्यक्रमाने करा म्हणजे हे काम करून जो वेळ मिळेल तो दुसरी कमी महत्त्वाची कामं करण्यासाठी देता येइल.

वेळेचे व्यवस्थापन तंत्राचा फायदा हा आहे की यामुळे कामाची पद्धत फार सोपी होऊन जाते आणि जीवन सहज बनते. आज देखील कामाचा ढीग जरी तुमच्यासमोर असला तरी घाबरू नका स्वतःला १, २, ३ असे म्हणा आणि काम करायला सुरूवात करा.

वेळच्या व्यवस्थापना संदर्भात उपयोगी पडणाऱ्या बाबी :-

- तुमच्या पाठीवर १०० किलोचे ओझे लादले आणि तुम्हाला चालायला सांगितले तर तुम्हाला चालता येणार नाही. अगदी याप्रमाणेच कामाचा जास्त तणाव असेल तर तुम्ही कोणतेही काम व्यवस्थीत नाही करू शकणार. जीवनाला सोपं बनवा, १-२-३ पद्धत अवलंबवा.
- ज्या त्या वस्तूला त्या त्या ठिकणी ठेवा म्हणजे पाहिजे ती वस्तू पाहिजे त्या वेळेला मिळू शकेल किंवा तिला आहे त्या ठिकाणी तरी राहू द्या.

भाग-२

विद्यार्थ्यांसाठी टाइममॅनेजमेंट

प्रकरण-४६

योग्य करिअरची निवड करा

अशा कामाची निवड करा जे तुमच्या आवडीचे असेल आणि तुम्हाला जीवनात कधी काम बदलण्याची गरज पडणार नाही. -कफ्यूशियस

माझ्या असे लक्षात आले आहे की आजच्या काळात अनेक विद्यार्थी गोंधळात असतात. ते कोणता विषय निवडायचा किंवा कोणता कोर्स करायचा याचा निर्णय दुसऱ्याच्या सांगण्यावरून घेतात. ते एखादा विषय किंवा कोर्स यामुळे निवडतात की तो करावा अशी त्यांच्या आइ-वडीलांची ईच्छा असते किंवा मित्राने अशा प्रकारचा निर्णय घेतला आहे म्हणून. अनेक प्रकरणात असे घडते की पुढे या विषयात स्वतःची रूची नसल्याने मन लागत नाही आणि त्यांना पश्चाताप वाटतो की त्याने असे का केले. मी जर असे केले असते तर बरे झाले असते ....(अमुक) विषय घेतला असता. विद्यार्थ्यांसाठी वेळेच्या व्यवस्थापनासंदर्भात माझे असे सांगणे आहे की त्यांनी करिअरची निवड

करताना खालील गोष्टी लक्षात घ्याव्यात-

- तुमची आवड.
- ज्यात तुम्हाला आवड आहे पण त्यावर तुमची उपजीवीका चालू शकेल, उत्तर होय असेल तर कशी ?
- तुम्ही निडलेल्या करिअरमध्ये जगाचा कसा फायदा आहे (माझ्या मते चांगले करिअर ते आहे ज्यामुळे तुमचा तर फायदा होतोच, तुमच्या क्षमतांचा पूर्ण वापरही होतो परंतु त्यासोबत जगालाही त्याचा फायदा होतो.)
- दुरदृष्टी ठेवा, आजचा विचार करू नका तर भविष्यात या क्षेत्राचे भवितव्य असणार आहे. या संदर्भात पुस्तके, मासिके किंवा इंटरनेटवर माहिती मिळवा.
- असे कोणते काम असेल जे करताना तुम्हाला तुमचा वेळ कधी निघून गेला हे पण समजले नाही.
- तुमच्या आवडीच्या या क्षेत्रात येण्यसाठी तुम्हाला कोणता कोर्स करणे फायद्याचे ठरेल.
- सर्वांत महत्त्वाचा प्रश्न-तुम्ही हा कोर्स का करीत आहात.

ती महान माणसं जे त्यांच्या आवडीचं काम करतात, ते सांगातात की त्यांना कधी वाटतच नाही की ते काम करीत आहेत कारण त्यांना त्यात आनंद मिळत असतो. माझ्याबद्दल सांगायचे तर मला पुस्तकांची आवड आहे. मला जर काही समस्या आली तर मी या संदर्भातील पुस्तके वाचक असे आणि त्यातील माहीती वाचून त्याप्रमाणे करीत असे. उदाहरण म्हणून सांगतो, माझ्यात आत्मविश्वासाचा अभाव होता. मी अशाप्रकारची पुस्तके विकत घतेली ज्यात आत्मविश्वास कसा वाढवायचा याची माहिती दिली होती. ती वाचल्यावर आणि त्यात सांगितल्याप्रमाणे केल्यावर माझ्यात प्रचंड आत्मविश्वास आला. याप्रमाणेच मी संवाद कसा साधावा, सार्वजनिक कार्यक्रमात स्टेजवरून कसे बोलावे या विषयावरची पुस्तके वाचली आणि मला त्याचा फायदा झाला. माझ्या मनात विचार आला की पुस्तकात माणसाला आरपार बदलून टाकण्याची ताकद असते. पुस्तकाने मला कमालीचे बदलून टाकले आहे. पुस्तके असं करू शकतात याचा मी कधी विचारही केला नव्हता. म्हणून माझे पण हे कर्तव्य ठरते की ज्या पुस्तकाने माझे जीवन बदलून टाकले त्या पुस्तकाबद्दल लोकांना सांगणे. म्हणजे ते पण त्यांच्या जीवनातील अनेक उणीवा पुस्तके वाचून कमी करू शकतील. हे सांगण्यासाठी मी पुस्तक हे माध्यम निवडले. जेव्हा कधी मी पुस्तक लिहायला किंवा वाचायला घेतो

तेव्हा कळतही नाही की वेळ कसा गेला. कधी कधी तर कधी रात्र झाली हे पण समजत नाही. लिहिण्याची कला आणखी विकसित करण्यासाठी मी पत्रकारीतेचा कोर्सही केला आहे. इतकेच नाही तर प्रत्येक महिण्यात मी डझनभर तरी पुस्तके विकत घेतो. याचा मला खूप आनंद वाटतो की पुस्तक लिहिण्याचे करिअर निवडल्यामुळे माझ्यातील योग्यता उपयोगी पडतात आणि सोबतच मी लिहिलेली पुस्तके वाचून हजारो लाखो लोकांच्या जीवनात सकारात्मक परिवर्तन होताना पाहून तर मला गदगद होते. माझ्या प्रिय विद्यार्थ्यांनो तुम्ही पण असेच करिअर निवडा जे करताना तुम्हाला आनंद वाटेल, वेळ कसा जाइल ते कळणार नाही आणि महत्त्वाचे म्हणजे पुन्हा नवीन काम शोधावे लागणार नाही.

विद्यार्थ्यांसाठी वेळच्या व्यवस्थापना संदर्भात उपयोगी पडणाऱ्या बाबीः-

- ऱ्हदयाचा आवाज ऐकाः हे जीवन फक्त आणि फक्त तुमचे आहे. अद्याप तुमचे अनेक मित्र तुमच्या सोबत असू शकतात. पण जसा जसा काळ लोटत जाईल त्यांना पण त्यांच्या करिअरसाठी काहीतरी करावेच लागेल. त्यावेळी ते तुमच्यासोबत असणार नाहीत तर दुसऱ्या क्षेत्रात असू शकतात. म्हणून ऱ्हदयाचे ऐका आणि तुमच्या मित्रांच्या आवडीचे नाही तर तुमच्या आवडीचे क्षेत्र निवडा.

- ईश्वराकडे प्रार्थना कराः या जगात ईश्वरापेक्षा कोणतीही मोठी शक्ती नाही आहे. अनेक विद्यार्थी या गोंधळात असतात की कोणते करिअर निवडायचे. ज्यावेळी मी विद्यार्थी होतो, माझ्या समोरही असाच गोंधळ होता, त्यावेळी मी ईश्वराकडे प्रार्थना केली आणि त्याने मार्गदर्शन करावे अशी विनंती केली. आणि त्याने मार्ग दाखवला हे पण मी तुम्हाला सांगतो आहे.

प्रकरण-४७

आत्म-निर्भरता

या जगात कोणावरही जास्त अवलंबून राहू नका कारण की अंधारात तर आपली सावली देखील आपली साथ सोडून देते. -अज्ञात

कधी काळची गोष्ट आहे एका गावातील गावकरी वाघाच्या भीतीने भयभीत होते. ते सगळे भीतीच्या सावटाखाली जगत होते. गावातील जबाबदार लोकांनी वाघाचा बदोबस्त करण्याचा खूप प्रयत्न केला पण काही उपयोग झाला नाही. म्हणून एक दिवशी सर्व गावकऱ्यांना एकत्र बोलावले आणि विचारले की सगळे मिळून वाघाचा बंदोबस्त कसा करायचा यावर विचार करा. अनेक लोकांनी त्यांना काय वाटते ते ते सांगितले पण एकही उपाय दमदार नव्हता. तशात एका वयोवृद्ध व्यक्तीने आपण स्वतः त्या वाघाला पकडू असे सांगितले. सगळेजण त्या वृद्धाला प्रश्न विचारून त्रस्त करीत होते की तो हे कसे करणार आहे. पण तो वयोवृद्ध व्यक्ती इतकेच म्हणाला की तुम्ही सगळे धीर धरा.

काही महिण्यातच त्या वृद्ध व्यक्तीने वाघाला पकडून आपल्यासोबत आणले. सर्वांना याचेच आश्चर्य वाटले की जे काम सर्व गावाला मिळून आणि त्यातील जबाबदार, तरूण लोकांना जमले नाही ते काम एका वृद्धाने कसे केले असेल. वाघ कसा पकडला हे वृद्ध सांगू लागला. वाघाला भूक लागण्यापुर्वीच मी त्याच्या भोजनाची व्यवस्था करायचो, असे तो म्हणाला. त्यामुळे भोजन झाल्यावर भोजनाच्या शोधात त्याला इकडे तिकडे भटकण्याची गरज राहिली नाही. भोजनासाठी इकडे तिकडे जाणे बंद झाल्यामुळे त्याची हालचाल मंदावली. त्यामुळे त्याचे शरीर रोडावले असून जोमही कमी झाला आहे. वृद्धाच्या लक्षात आले की आता वाघाला पकडले तरी तो काहीही करू शकणार नाही, मग काही लोकांची मदत घेऊन मी त्या वाघाला पकडले.

या गोष्टीचा सार असा की तुम्ही जितके दुसऱ्यावर अवलंबून रहाल तितके तुम्ही अपयशच्या मार्गावर चालू लागाल. त्या वाघाप्रमाणे त्या वृद्ध व्यक्तीवर भोजनासाठी अवलंबून राहिलात तर शक्तीशाली वाघाचे जे झाले ते तुमचे होऊ शकते. कारण तो वाघ त्या वृद्ध व्यक्तीवर अवलंबून राहू लागला होता: जितक्या प्रमाणात आपण दुसऱ्यावर अवलंबून राहू तितक्या प्रमाणात आपण कमजोर होत जातो. जसे की व्यायाम न करणे, यामुळे आल्याला हालचालीची सवय रहात नाही पण व्यायाम केल्याने हालचाल वाढते आहे शरीर बळकट बनते.

जसे की वरील कथेतून तुम्ही समजू शकता की आत्मनिर्भरता म्हणजे दुसऱ्यावर अवलंबून रहण्याऐवेजी स्वतःच सगळे करण्यात समजदारी आहे. विद्यार्थी जीवनात आत्म-निर्भतेमुळे तुमचा केवळ वेळच वाचणार नाही तर तुम्ही यशस्वी होणार आहात हे पण आधीच ठरतं. विद्यार्थ्यांनी त्यांचे पेन, पुस्तक, दप्तर, बूट-मोजे इत्यादी एका ठरावीक ठिकाणी ठेवण्याची सवय लावू घेतली पाहिजे. सोबतच महत्त्वाची कागपत्रे जसे की प्रमाणपत्र, मार्कशीट आदी देखील स्वतःच्या जबाबदारीने ठराविक ठिकाणी ठेवली पाहिजेत.

करिअर म्हणून काय करावे हे समजत नसेल तर एकदा सगळयाचा सल्ला घ्या. त्यांच्या अनुभवाचा फायदा घ्या. चांगल्या वाईट बाजूचा शांतपणे विचार करा. परंतु अशाप्रकारचा निर्णय घेण्यासाठी तुमच्या मित्रांवर आणि नातेवाइकांवर पूर्णपणे अवलंबून राहू नका. कारण तुमच्या निर्णयावर तुमचे भविष्य अवलंबून असेल आणि तुमचे भविष्य टिकवून ठेवण्याची जबाबदारी पण तुमच्याच हातात असेल.

विद्यार्थ्यांसाठी वेळच्या व्यवस्थापना संदर्भात उपयोगी पडणाऱ्या बाबी :-

- ज्यावेळी तुम्ही लहान सहान गोष्टीत आत्म-निर्भर होता त्यावेळीच मोठ्या गोष्टीत आत्म-निर्भर बनता. मी असे अनेक विद्यार्थी पाहिले आहेत जे त्यांचं सामान ठेवण्यासाठी त्यांच्या आई-वडीलांवर किंवा भाऊ-बहिणीवर अवलंबून असतात. कल्पना करू की ते घराबाहेर गेले आहेत आणि तुम्हाला कसल्या गोष्टीची गरज आहे पण तुम्हाला सवय नसल्यामुळे ते सापडत नाही आणि त्यासाठी ते येण्याची वाट तुम्हाला पहावी लागणार आहे ज्यात तुमचा वेळ बर्बाद होणार आहे. असे ज्यांच्या बाबतीत घडते ते विद्यार्थी जीवनात कधीही आत्म-निर्भर होत नाहीत.
- स्वतःचे करिअर स्वतःच निवडा आणि स्वतःला ठणकाऊन सांगा की मी या करिअरची निवड केली असल्याने त्यात यशस्वी होण्याची जबाबदारी पण माझीच आहे आणि मी तसे करून दाखवीन.
- सेल्फ स्टडी (म्हणजे स्वध्याय) ची सवय लावून घ्या. काही मुद्दे स्वतः समजून घेण्याचा प्रयत्न करा आणि ते समजतच नसतील तर ते लिहून घ्या आणि त्यात असणाऱ्या तज्ज्ञाचा सला घ्या, यामुळे आत्म-निर्भर होण्याची क्षमता आणि गती वाढीस लागेल. या ठिकाणी मी माझ्या एका मित्राचे उदाहरण देणे पसंत करील. त्यांनी केवळ एम. सी. ए. च केले नाही तर आज तो प्रोगामिंग भाषेचा चांगला जाणकार बनला आहे. आणि अनेक सॉफ्टवेअर विकसित करीत आहे. त्याच्या या यशाचे रहस्य आहे सेल्फ स्टडी.

प्रकरण-४८

आत्म-विश्वास

तुम्हाला सगळं काही मिळू शकतं पण एकाच वेळी नाही. -ओपरो विनफ्रे

हा प्रकार तसाच आहे जसा तो एका हत्तीच्या पिलासोबत घडतो आणि हे असं आत्मविश्वास नसल्याने घडते. आजच्या काळात आत्मविश्वास नसेल तर कोणाचीही आवस्थ तशीच होइल. जन्मल्यानंतर थोड्यावेळाने हत्तीच्या पिलाला एका मजबूत मेखेला एका दोरीने बांधले जाते. तो पूर्ण शक्ती लावून दोरीला जोर लावतो. तो सगळीकडून दोरीला ओढतो, तो ओढतो-ओरडतो पण शेवटी थकून निराश होऊन जातो आणि नंतर प्रयत्न करणे सोडून देतो. काळ लोटतो आणि ते मोठं होतं. त्याचा आकारच नाही तर त्याची शक्ती पण वाढलेली असते. तुम्हाला काय वाटते की हत्ती मोठा झाल्यावरही त्या दोरीला तोडू शकत नाही ? अगदीच तोडू शकतो पण दुर्दैवाने त्याच्या मानसिकतेत काहीही बदल न झाल्याने त्याला तसे वाटत नाही. त्याला आजही असेच वाटते की तो दोरी तोडू शकत नाही. आत्मविश्वास गमावून बसल्याने तो ती दोरी तोडत नाही आणि रोजच ती गळयात बांधून गुलामीचे जीवन जगतो.

अनेकजणांचे असेच आहे, एकदा त्यांनी प्रयत्न करून पाहिला आणि यश आले नाही की तो सांगायला लागतो की मी असा प्रयत्न करून पाहिला आहे आणि ते झालं

नाही म्हणून दुसऱ्यांदा करण्यात काय फायदा. फारच मोठी प्रेरणा आपल्याला थॉमस एडिसन यांच्याकडून मिळते. ज्यावेळी ते बल्बचा शोध लावत होते आणि १००० वेळा प्रयत्न करूनही ते अपयशी ठरल्यावर एका पत्रकाराने त्यांना विचारले की १००० वेळा अपयशी ठरल्यानंतर तुम्हाला कसे वाटत आहे ? प्रत्येक अपयश मला यशाच्या दिशेने घेऊन जात आहे, असे ते म्हणाले. महान एडिसनकडून आपण हे शिकू शकतो की जीवनात दृष्टीकोण फार महत्त्वाचा आहे. आपण जरी एडिसन सारखा दृष्टीकोण बाळगला तरी आपल्यालाही कोणी यशस्वी होण्यापासून दूर ठेवू शकत नाही. म्हणून आतापासूनच असे ठरवा की तुम्ही यशस्वी आहात आणि यशस्वी होणे हा तुमचा जन्मसिद्ध अधिकार आहे. हेच अधिक पटवून देण्यासाठी आपण एका लहान मुलाचे उदाहरण घेऊ. एक लहान मूल चालायला कधी सुरू करील ? या प्रश्नाचे उत्तर देणे सर्वस्वी त्या मुलाच्या आत्मविश्वासावर अवलंबून आहे. अगदी तसेच मोठे झाल्यावर हे त्याच्या आत्मविश्वासावर अवलंबून असते की तो यशस्वी होणार आहे की अयशस्वी ? समस्या ही नाही की लोक तुमच्यावर विश्वास ठेवत नाहीत. समस्या तर ही आहे की तुमचा तुमच्यावरच विश्वास नाही. तुम्ही तुम्हालाच मदत करणार नसाल तर दुसऱ्याने मदत करावी अशी अपेक्षा तुम्ही कसे करू शकता. माझ्या दृष्टीने शिक्षणाचा अर्थ आहे 'शिकणे' संकोच करणे किंवा गोंधळात असणे असा नाही. अनेकदा असे होते की एखादा विषय विद्यार्थ्यांना समजत नाही आणि शिक्षकाला विचारण्यास संकोच वाटत असल्याने न समजण्याची समस्या कायम रहाते. त्यामुळे पुन्हा पुन्हा वाचत रहाणे ज्यामुळे त्यांना कधी समजतं किंवा अनेकदा समजत नाही. सगळ्यात महत्त्वाची बाब म्हणजे यामुळे त्यांचा वेळ वाया जातो. परिक्षेत पेपर लिहिताना देखील अशीच समस्या असते की लिहिलेले उत्तर चुक आहे की बरोबर हेच त्यांना कळत नाही. या गोंधळात अनेकदा ते लिहिण्यापुर्वी विचार करतात की लिहिले तरी खात्री नसल्याने खोडून टाकतात.

खाली मी आत्मविश्वास वाढविण्याच्या दोन सोप्या पद्धती सांगतो-

- **पहिला-** सर्वप्रथम तयारी करणे म्हणजे तुम्ही परिक्षेच्या दृष्टीने काय तयारी करता, तुमच्या असे लक्षात आले असेल की एखादा विषय वाचलेला नसेल तर परिक्षेत काहीच आठवत नाही आणि परिक्षेत काय लिहावे अशी शंका असते. तुम्ही घाबरलेले असता आणि आत्मविश्वास गमावलेला असतो. पण याउलट तुम्ही जर अभ्यास करून गेलेले असता त्यावेळी एक प्रकारचा आत्मविश्वास असतो तुमच्यात आणि परिक्षा देण्यासाठी तुम्ही तणावमुक्त असे जाता.

- **आत्म-चर्चा:** आणि दुसरा मार्ग आहे आत्म-चर्चा म्हणजे तुम्ही मनातली मनात मनन करीत असता. अनेक विद्यार्थ्यांना ही सवय असते की ते मनातली मनात त्या विषयाचे मनन करतात की 'माझे परिक्षेत काही खरे नाही.' किंवा हा विषय फारच कठीण आहे त्यामुळे परिक्षेत मला काही लिहिता येत नाही. किंवा यावेळी अनेकांनी परिक्षा दिल्या पण जागा फार थोड्या आहेत.

  काय तुम्हाला असे वाटते काय की अशा प्रकारची आत्म-चर्चा करून तुम्ही स्वतःची मदत करू लागलेले आहात. किंवा मैदानात उतरण्यापर्वीच स्वतःचा पराभव करू लागलेले आहात. माझा असा सल्ला आहे की तुम्ही थोडी सकारात्मक आत्म-चर्चा करून पहा, स्वतःला सांगा की 'मी माझी सर्व चांगली तयारी केली असून आता मला परिक्षेत चांगली उत्तरे लिहिता येतील.' किंवा पहिल्यांदा मला हा विषय कठीण वाटत होता कारण मला तो समजत नव्हता, हा विषय समजून घ्यायला मी खुपच मेहनत घेतली आहे आणि आता मला विश्वास आहे की मला चांगले परिणाम मिळतील.' किंवा परिक्षा देणारे कितीही असले तरी माझी स्पर्धा स्वतःसोबत आहे, शक्य तितके चांगला परिणाम देण्याचा मी प्रयत्न करील आणि यशस्वी होइल.

  आत्म-चर्चा करताना अशी भावना बाळगून असा की यशस्वी झाल्यांनतर तुमची असते. निराश होऊन आत्म-चर्चा करण्यात काहीही अर्थ नाही. तुम्हाला पुर्वीचाच परिणाम मिळेल आणि तुमचा वेळ बर्बाद होइल.

विद्यार्थ्यांसाठी वेळच्या व्यवस्थापना संदर्भात उपयोगी पडणाऱ्या बाबी:-

- तयारी कराः तुमची तयारी जितकी चांगली असेल तुमचा आत्मविश्वास तितकाच दांडगा असेल. अगदी त्याप्रमाणे थंडीच्या दिवसात तुम्हाला गरमी पाहिजे असेल तर तुम्ही कोळसा पेटवता. पण किती गरमी पाहिजे ही बाब यावर अवलंबून आहे की तुम्ही कोळसा किती टाकत आहात. कमी कोळसा टाकत राहिलात तर गरमी कमीच उत्पन्न होइल. जास्त कोळसे टाकाल जास्त गरमी उत्पन्न होइल. अगदी अशाचप्रकारे तुम्ही जर जास्त तयारी कराल तर जास्त यशस्वी व्हाल आणि कमी तयारी कराल तर कमी यश मिळेल.
- स्वतःसोबत सकारात्मक स्वरूपाची आत्म-चर्चा कराः लक्षात घ्या की मनातली मनात नकारात्मक चर्चा करून तुम्ही स्वतःला कसे कमजोर करीत आहात आणि नंतर त्या चर्चेला सकारात्मक पद्धतीने स्वतःला प्रेरित करण्यासाठी वापरात आणा.

प्रकरण-४९

आत्म-अनुशासन

उद्या आपण काय करणार आहोत त्यावरून नाही तर आज आपण काय करतो यावर आपले भविष्य अवलंबून आहे. -अज्ञात

आपला मेंदू त्या धारदार चाकूप्रमाणे आहे. चाकुला दोन भाग असतात, एक असतो धारदार आणि दुसरा असतो त्याला धरण्याची जागा. हे तर आपण जाणतोच चाकुच्या धारदार भागाने आपण स्वयंपाकघरात कांदे, भाजी आणि फळ इत्यादी कापतो. आपली सोय होते यामुळे. आता अशी कल्पना करा की चाकुला ज्या ठिकाणी पकडले आहे त्याऐवेजी आपण आता धारदार जागी पकडू, काय होईल ? अर्थातच काय होइल हे तुम्हाला माहीत आहे म्हणून तुम्ही चाकुला धारदार भागाकडून पकडणार नाहीत. अगदी याप्रमाणेच नदीवर बांध बांधला

जातो, त्यामुळे नदीतील जास्तीचे पाणि शेतात घुसत नाही आणि नदी नियंत्रणात रहाते आणि आजूबाजुच्या गावांना बर्बाद करीत नाही. बांध जर बांधला नाही तर आजूबाजूच्या गावांना त्याचा धोका होईल. आपल्या मेंदूला देखील आपण स्वयं-शासित करून नियंत्रणात ठेवू शकतो. आपला मेंदू देखील अत्यंत चपळाइने इकडे तिकडे भटकत असतो. त्याला जर नियंत्रणात नाही ठेवले तर तो त्या चाकुच्या धारदार भागाला पकडल्यासारखे होइल, ज्यामुळे समस्या तर उत्पन्न होणारच. आत्म-स्वयंशासन काय आहे ? माझ्या मते स्वयं-शासन म्हणजे स्वतःला महत्त्वाचे काम करण्यासाठी विवश करणे आहे. (असे काम ज्यामुळे आपले जीवन उज्ज्वल होइल) मग तुमच्या मनाची तयारी ते काम करण्याची असो किंवा नसो. उदाहरणासाठी, क्रिकेटचे वर्ल्ड कप चालू आहे आणि दुसरीकडे परिक्षा आहे. भारत पाकिस्थान असा मुकाबला होणार आहे. तुमची स्वभावीक प्रतिक्रिया अशी असेल की अशी संधी कोण सोडणार आहे आणि तीही विश्व कपची. अशा परिस्थितीत तुम्ही काय करणार हे तुमच्यावर अवलंबून आहे. तुम्ही मॅच पहाण्याचा पर्याय निवडू शकता पण परिक्षेत तुम्हाला चांगले मार्क्स मिळणार नाही. किंवा तुम्ही स्वतःला म्हणू शकता की वर्ल्ड कपमध्ये भारत पाकिस्थानकडून कधी पराभूत झाला नाही आणि आजही पराभूत होणार नाही. पण मी जर अभ्यास नाही केला तर मी नापास होऊ शकतो. त्यामुळे अभ्यास करणे आणि परिक्षा देणे हेच माझ्या फायद्याचे आहे आणि तुम्ही अभ्यास करण्याचा पर्याय निवडता आणि परिक्षेत पास होता. स्वयं शासनात क्षणीक आणि आंनदाचा मोह टाळावा लागतो. पण यामुळ दीर्घ आनंदाचा लाभ मिळतो. इथे मी माझ्या स्वर्गीय आजोबाचे उदाहरण देऊ इच्छितो, ज्यांनी घड्याळाचा व्यवासाय फारच कमी घड्याळापासून सुरू केला होता. त्यावेळी त्यांच्यासमोर असा पर्याय होता की त्यांच्याकडे जी काही बचत होती ती या कामी खर्च करावी. किंवा होणाऱ्या अडचणीला सामोरे जाऊन बचत कायम ठेवावी. आपल्या व्यापाराला वाढवून कुटुंबाचे भविष्य उज्ज्वल करावे. त्यांनी दुसरा पर्याय निवडला. स्वतःवर नियंत्रण ठेवून त्यांनी त्यांच्या तात्पुरत्या आनंदाचा त्याग केला आणि कुटुंबाचे भवतिव्य उज्ज्वल केले. आज त्यांच्या नंतरच्या पिढ्या त्यांच्या त्यागामुळे आनंदाचे जीवन जगत आहेत. तुम्हाला प्रयेक क्षेत्रातल्या आत्म-संयमाचा अभ्यास करावाला लागेल. भोजनाचा विषय घेतल्यास असे करता येईल की

एकतर तात्पुरत्या समाधानासाठी तुम्ही मसालेदार पदार्थ खाऊन कायम स्वरूपी तबियतची वाट लावून घेणे जसे अपचानाचा त्रास इत्यादी. जसे की तुमची बचत, ती तुम्ही मित्रांबरोबर मौजमजा करण्यासाठी उधळू शकता. आणि तुमच्या लक्षात येइल की आता तर तुमच्याकडे खर्च करण्यासाठी अनेक दिवसापासून काहीच नाही आहे. तुमच्या वेळेचं पण तुम्ही असेच करू शकता. तुमच्याकडील वेळ तुम्ही तात्पुरत्या मनोरंनासाठी म्हणजे टि. व्ही. पहाणे चित्रपट पहाणे आदीसाठी खर्च करू शकता. पण तुमच्या लक्षात येइल की तुमचा अभ्यास मागे राहिलेला आहे. हजारो लोकांच्या मुलाखती घेऊन हे माहीत करून घेतले आहे की शेवटी ते इतके यशस्वी कसे झाले. त्याचं मिळलेले उत्तर असे की त्यांना पण ते काम करण्याची अजिबात इच्छा नव्हती. त्यांना पण सोपे काम करायचे होते, परंतु त्यांनी मनावर नियंत्रण मिळवले, त्या कठीण कामाला पूर्ण केले आणि यशाचे नवे निकष प्रस्थापति केले. स्वयं-संयमाच्या जोरावर कमी क्षमता असणाऱ्या व्यक्तीने पण मोठी कामगिरी करून दाखवली आहेत.

मला माहीत आहे आणि मी मानतो की स्वयं-शासन अत्यंत कठीण गोष्ट आहे परंतु मी या गोष्टीची खात्री देऊ शकतो की स्वयं-शासनाचे अनुकरण करून जो परिणाम मिळतो तो दुसऱ्या कोणत्याही मार्गाने मिळू शकत नाही. स्वयं-शासनाची सवय लागण्यासाठी मी इथे काही सल्ला देवू इच्छितो की स्वतःला विचारा की मी जर हे काम असेच चालू ठेवले तर त्याचा माझ्या जीवनावर काय परिणाम होईल ? आणि दुसरा प्रश्न असा विचारा की काय माझे स्वतःवर नियत्रंण आहे ? काय माझे माझ्या मनावर नियत्रंण आहे की मनाचे माझ्यावर नियंत्रण आहे.

विद्यार्थ्यांसाठी वेळच्या व्यवस्थापना संदर्भात उपयोगी पडणाऱ्या बाबीः-

- अशी एक म्हण आहे की तुम्ही जर दररोज एक सफरचंद सेवन केले तर तुम्हाला डॉक्टरांकडे जावे लागणार नाही. याचा अर्थ असा की आपल्याला महिण्याचे ३१ दिवस न चुकता सफरचंद खावे लागणार आहे तरच असे होऊ शकते. त्यावेऐजी तुम्ही जर असे केले की पहिल्या दिवशी सफरचंद सेवन केले आणि उर्वरीत सगळे ३१ व्या दिवशी सेवन केले. पण असे करणे शक्य नाही. एकाचवेळी इतके सफरचंद तुम्ही खाऊ शकत नाहीत. आणि जरी सेवन केले तरी त्याचा काही

परिणाम होणार नाही. अभ्यासाचे पण असेच आहे. परिक्षा जवळ आली म्हणून सगळा अभ्यास एकाच दिवशी होणे शक्य नाही म्हणून दररोज अभ्यास करणे हाच मार्ग आहे.

- थोडा त्रास किंवा मोठा आनंदः तुमच्या समोर दोन पर्याय आहेत, एकतर थोडा त्रास किंवा मोठा आनंद. हे तुमच्यावर आवलंबून आहे. तुम्ही परिक्षा जवळ आली असताना टिव्हीवरील आवडता कार्यक्रम पहात नाहीत आणि त्याऐवजी अभ्यास करीत आहात. ही वेळ त्रास सहन करण्याची असते. परंतु या मोबदल्यात तुम्हाला परिक्षेत चांगले मार्क्स मिळतात. आणि त्यामुळे त्याचा दीर्घ परिणाम आपल्या जीवनावर होतो आणि जीवन आनंदी बनतं. म्हणून दीर्घ आनंदासाठी स्वतःवर नियत्रंण ठेवून थोडा त्रास सहन करायला आपण शिकले पाहिजे.

- स्वयं-शासन हे असे काम आहे जे तुम्हाला योग्यवेळी आणि वेळेवर करायचे आहे, मग तुम्हाला ते करण्याची इच्छा असो अथवा नसो.

प्रकरण-५०

जीवनाचा अर्थ आहे संतुलन

आपले जीवन राग, पश्चाताप आणि चिंता इत्यादी मध्ये बर्बाद करा, जीवन दुःखी होण्यासाठी खूप छोटे आहे-रॉप टी. बेनेट

निसर्गाने आपल्याला खूप सारे वरदान दिले आहे, त्यापैकी भोजन हे एक आहे. चांगल्या आरोग्यासाठी गरजेचे आहे की सगळयाप्रकारचे अन्नपदार्थ खावेत. म्हणजे सगळया प्रकारचे पोषक तत्त्व त्यातून मिळते. म्हणून आपल्या आहारात सर्वप्रकारचे फळ, भाजी, धान्य, मेवा, दूध इत्यादी खाद्यपदार्थ असायला हवेत.

कल्पना करा की तुम्ही दररोज फक्त बटाटे खाता आणि बाकीचं काहीच खात नाही आणि ते प्रत्येकवेळी आणि दररोज. तुम्हाला काय वाटते हे शक्य आहे ? अगदीच नाही.

मग काय हे पण शक्य आहे का की प्रत्येक वेळी आणि दररोज अभ्यास करणे. नेहमी ही गोष्ट लक्षात ठेवा. शिक्षण जीवनाचा महत्त्वाचा भाग आहेच पूर्ण जीवनाचा नाही. जीवनाचा अर्थ आहे संतुलन. प्रत्येक गोष्टीची वेळ असते. वाचण्याची, खेळण्याची, खाण्याची आनंद व्यक्त करण्याची. एक चांगल्याप्रकारचे शिक्षण आपल्याला हेच शिकवतं की जीवन कसे जगायचे. ग्रहीत धरू की तुम्ही अभ्यासात खूप चांगले आहात पण तबियत चांगली नाही. चांगली तबियत नसेल तर तुम्ही चागंला अभ्यास करू शकता ?

म्हणून जितके महत्त्व तुम्ही शिक्षणाला देता, तितकेच महत्त्व तुम्ही आरोग्याला दिले पाहिजे. तुमची तबियत चांगली नसेल तर तुमचे अभ्यासात लक्ष लागणार नाही आणि यामध्ये तुमचा वेळ बर्बाद होइल. संतुलन ठेवा, खेळण्यात, लोकांना भेटण्यात, आपली स्वतःची इच्छा पूर्ण करण्यासाठी. कोणत्याही गोष्टी नियंत्रणात राहून केल्या जात असतील तर काही समस्या असत नाही. आपण सण-उत्सवाचा आनदंही घेतला पाहिजे. लग्न, समारंभ, सुट्ट्या आदीचा आनंदही आपण घ्यायला हवा. चित्रपट पहाणे, गाणे ऐकले पाहिजेत, खेळायला हवे. परंतु मी पुर्वी सांगितले आहे त्याप्रमाणे समतोल ठेवून. एका पहाणीत असेही आढळून आले आहे की अशाच छोट्या मोठ्या आनंदाच्या क्षणातूनच आपल्याला कामाची उर्जा मिळत असते आणि आपल्या कामाला गती मिळते. माझ्या मतासोबत तुम्ही सहमत होणार नाहीत, तुम्ही तुमचेच काम ३६५ दिवस करू नका आणि ते एकाच दिवशी करण्याचा प्रयत्न करा, तर हे पण शक्य नाही. एखादा पदार्थ त्यावेळी खायला स्वादीष्ट लागते ज्यावेळी त्यात सर्व मसाल्याचे योग्य प्रमाण असते. मसाल्याचे संतूलन बिघडले असेल तर पदार्थ खाण्यालायकही रहात नाही. अगदी याचप्रमाणे शिक्षण महत्त्वाचे तर आहे पण शिक्षणाला आनंददायक बनवणाऱ्या इतरही गोष्टी आहेत त्या पण सोबत करीत रहा.

विद्यार्थ्यांसाठी वेळच्या व्यवस्थापना संदर्भात उपयोगी पडणाऱ्या बाबी:-

- जे काही करायचे आहे त्याचा आनंद घ्याः विद्यार्थ्यांची सगळ्यात मोठी समस्या ही असते की त्यांचे मन एकिकडे आणि शरीर दुसरीकडे असते. ज्यावेळी ते वर्गात असतात त्यावेळी त्याचे मन घरी किंवा असेच दुसरीकडे कुठेतरी असते. आणि

ज्यावेळी ते घरी असतात त्यावेळी ते अभ्यासाचा विचार करीत असतात. यावर एकच उत्तर आहे आणि ते म्हणजे तुम्ही ज्या ठिकाणी आहात, तुमच्या मनालाही त्या ठिकाणी सोबत ठेवा. तुम्ही वर्गात असाल तर मनालाही तिथेच ठेवा. तुम्ही जर लग्नसमारंभात असाल किंवा इतर आनंदच्या क्षणाचा उपभोग घेत असाल तर तुमच्या मनालाही तो आनंद घ्यायला सांगा.

- सुट्ट्यांचा पण आनंद घ्याः दिवसभर काम केल्यावर शरीराला आरामाची गरज असते, त्याप्रमाणे अनेक दिवस अभ्यास केल्यावर मनाला देखील काही वेळ अराम किंवा नवीन काही असण्याची गरज असते. सुट्ट्यामध्ये आपल्या परिवारातील वयोवृद्धांना भेटा. जसे की आजी-आजोबा, मावशी काका, मामा-मामी. त्यांच्याकडून काही शिका आणि त्यांच्या अनुभवाचा फायदा घ्या. आपल्याला कशात आवड आहे याचा शोध घ्या आणि संगीत, गीत, कला आदींचा आनंद घ्या.

IT'S NOT LUCK,
IT'S HARD
WORK

प्रकरण-५१

तुम्ही जितके श्रम करता, तुम्ही तितकेच भाग्यशाली बनता

तुम्ही किती कष्ट करता यामुळे काही फरक पडत नाही, या जगात अशी अनेक माणसे आहेत जे तुमच्यापेक्षा जास्त कष्ट करता. -एलोन मस्क

कासव आणि सशाची गोष्ट आपण सर्वांनी ऐकली आहे. असे असले तरी मी पुन्हा एकदा त्या कथेची आठवण करून देऊ इच्छितो. एकदा काय झाले, ससा आणि कासवात धावण्याची स्पर्धा लागली. ससा वेगाने धाऊ शकतो म्हणून तो वेगाने पळाला आणि फार पुढे निघून गेल्यावर मागे वळून पाहिले तर कासव दूर दूर पर्यंत कोठे नजरेस पडत नव्हते. त्याने विचार केला की काय हरकत आहे थोडा वेळ अराम केला तर, आणि तो एका झाडाखाली आराम करू लागला. दुसरीकडे ते कासव आपल्या

त्याच गतीने सतत चालत राहिलं. आणि ज्यावेळी सशाचे डोळे उघडले त्यावेळी कासवाने स्पर्धा जिंकलेली होती. पळण्याच्या बाबतीत कासव सशाची बरोबरी करू शकत नाही पण सततचे प्रयत्न हे त्याच्या स्पर्धा जिंकण्याचे रहस्य म्हणून सांगता येईल.

या कथेसारखीच माझ्या काही मित्रांची गोष्ट आहे. त्यांच्यात प्रतिभा तर भरपूर होती परंतु त्यांनी त्या प्रतिभेचा पाहिजे तसा उपयोग केलेला दिसला नाही आणि परिणाम असा झाला की ते आज मागे पडलेले आहेत. दुसरीकडे माझा असाही एक मित्र होता त्याच्यात प्रतिभा नसल्यासारखीच होती पण केवळ सततचे प्रयत्न आणि कष्ट करून तो आज शिखरावर आहे.

समजदार लोक तिच असतात जे आहे त्या साधनाचा उपयोग करतात आणि स्वतःचा फायदा करून घेतात. मूर्ख लोक ती असतात जे आपण काहीच करू शकलो नाही याचे खापर सतत दुसऱ्याच्या माथी फोडतात. पण असं करून ते त्यांचा वेळ बर्बाद करीत आहेत.

विद्यार्थी जीवनातच आयुष्याचा पाया रचल्या जातो. म्हणून आजच असे ठरवा की तुम्हाला जीवनात जे काही व्हायचे आहे, त्याची जबाबदारी तुमच्यावर आहे पण दुसरा अर्थ असा आहे की परिश्रम देखील तुम्हालाच करावे लागणार आहेत.

अनेकांना असे वाटते की यश केवळ नशीबानेच मिळते. यशामध्ये नशीबाचा काहीप्रमाणात वाटा असू शकतो पण केवळ नशीबामुळेच यश मिळते हे मी मान्य करणार नाही. ते पूर्णपणे आपल्या मेहनतीवर अवलंबून आहे.

एका महान व्यक्तीला ज्यावेळी त्याच्या यशाचे रहस्य विचारल्या गेले, त्यावेळी त्याने दिलेले उत्तर महत्त्वाचे आहे. 'मी जितके जास्त कष्ट करतो माझे नशीब तितकेच जोरदार बनते.'

एडिसन ज्यावेळी लहान होते त्यावेळी त्यांच्या शिक्षकानी त्यांना ते मंदबुद्धि असल्याचे कारण सांगून शाळेतून काढून टाकले होते. पण ते ज्यावेळी मोठे झाले, त्यावेळी आपण पाहिले आहे की ते एक महान शास्त्रज्ञ बनले. अब्राह्म लिंकन तर अनेक क्षेत्रात सतत अपयशी ठरत गेले होते. पण त्यांनी प्रयत्न चालू ठेवला आणि शेवटी वयाच्या ५२ व्या वर्षी ते अमेरिकेचे राष्ट्रपती बनले. आपल्याकडे असे हजारो उदहरणे आहेत की जे सांगतील की यशस्वी होण्यात नशीबापेक्षा परिश्रमाचे मोठे योगदान आहे.

मी विद्यार्थ्यांना फक्त हे सांगेल की तुमच्याकडे जर प्रतिभा असेल तर तिचा उपयोग करा आणि यशस्वी व्हा आणि तुमच्याकडे प्रतिभा थोडी कमी असेल तर मात्र जास्त मेहनत करा आणि यशस्वी व्हा. कारण परिश्रम करणे आपल्या हातात असणारी गोष्ट आहे, नशीब नाही.

विद्यार्थ्यांसाठी वेळच्या व्यवस्थापना संदर्भात उपयोगी पडणाऱ्या बाबी:-

- ज्यावेळी तुम्हाला असा विषय अभ्यासावा लागत असेल की जो तुम्हाला आवडत नाही किंवा ज्यामध्ये तुम्ही कच्चे आहात. तर अशावेळी कासव आणि सशाची गोष्ट आठवा. ज्यात एक कमी प्रतिभा असणारे कासव आणि प्रतिभा असणारा ससा आहे. आणि कशाप्रकारे सशाची बरोबरी करण्याची क्षमता नसताना देखील कासवाने शर्यत जिंकली होती.

- नशीब किंवा दुसऱ्या कोणाला दोष देण्यापेक्षा असा विचार करा की तुम्ही काय करू शकता.

प्रकरण-५२

आपला जोर कशावर आहे

आपल्या अपयशी ठरण्याच्या शक्यतेवर लक्ष केंद्रीत करण्यापेक्षा आपल्या यशस्वी होण्याच्या शक्यतेवर लक्ष केंद्रीत करा. -नेपोलियन हिल

मला याची खात्री आहे की बालपणी तुम्ही देखील सूर्यप्रकाशाच्या किरणांत एका मॅग्नीफाइंग काचेचा उपयोग करून कागद जाळण्याचा प्रयोग केला असेल. ज्यात सूर्याची किरणे एकत्र होतात आणि कागद पेट घेतो. समजा तुम्ही अद्याप असे काही केले नसेल तर करून पहा. आपण आज अशा समाजात रहातो जिथे केवळ नकारात्मक गोष्टीच बोलल्या जातात, तशा परिस्थितीत आपले विचारही नकारात्मक होणे स्वभावीक आहे. पण आपल्याला जर यशस्वी व्हायचे असेल तर अशा नकारात्मक विचाराला दूर ठेवणे ही आपली जबाबदारी आहे.

केवळ विद्यार्थी वर्गच नाही तर सामान्य माणसेही असा विचार करताना दिसतात की होऊन होऊन किती वाईट होइल, असा विचार करण्याऐवेजी आपण असा विचार करायला हवा की चांगल्यात चांगले काय होऊ शकतं आणि आपण एखाद्या कामाला चांगल्या पद्धतीने कसे करू शकतो ?

वर एका दुर्बीनीच्या काचेचा उपयोग करून पहायला मी यामुळे सांगतो आहे की, सूर्याची किरणे एका ठिकाणी जर एकवटणे (फोकस) हे उदाहरण आपल्याला हे सांगते की सूर्याच्या किरणांना एकत्र केले तर किरणांत असणारी उर्जा एकत्र येते आणि कागद पेट घेतो. अगदी अशाप्रकारे आपल्या जीवनातही आपण ज्यावेळी आपले सर्व लक्ष एका क्षेत्रावर केंद्रीत करतो, त्यावेळी तशाप्रकारचीच कार्यक्षमता वाढते. आपण चांगल्यावर लक्ष केंद्रीत केले तर आपल्या हातून अत्यंत चांगले घडते पण वाइटावर लक्ष केंद्रीत केले तर वाइटात वाइट जे काही असते ते आपल्या हातून घडते. म्हणून चांगल्यावर लक्ष केंद्रीत करा म्हणजे तुम्ही यशस्वी होणार हे ठरलेले असते. म्हणून आपला दृष्टीकोण सतत सकारात्मक ठेवा.

विषय माझा असेल तर मी गीतेत लिहिलेल्या त्या वाक्यावर विश्वास ठेवतो. 'कर्म करीत रहा. फळाची अपेक्षा ठेवू नका.' माझ्यादृष्टीने या वाक्याचा जो अर्थ आहे तो थोडा स्पष्ट करू इच्छितो, इथे कर्म या शब्दाचा माझ्या दृष्टीने असणारा अर्थ म्हणजे आपण जे काम करतो ते कोणतेही काम. आणि फळाची अपेक्षा याचा अर्थ होऊन होऊन काय वाईट होइल असा विचार करण्याऐवेजी असा विचार करणे की मला करता येईल तितका चांगला प्रयत्न मी केला आहे. काम करणे हेच तर आपल्या हातात असते, आणि ते मी केले आहे बाकी आता ईश्वराच्या हाती आहे. माझा ईश्वरावर पूर्ण विश्वास आहे आणि तो सदैव माझ्या पाठीशी उभा आहे. म्हणून विद्यार्थ्यांना माझे नेहमी सांगणे असते की तुम्ही तुमचे लक्ष केवळ अभ्यास आणि अभ्यासाावरच केंद्रीत करायला हवे.

विद्यार्थ्यांसाठी वेळच्या व्यवस्थापना संदर्भात उपयोगी पडणाऱ्या बाबी:-

- तुम्ही कधी सूर्याच्या किरणांनी एका काचेच्या दुर्बीनीचा उपयोग करून कागद जाळण्याचा प्रयोग केला आहे काय ? केले आहे तर कल्पना करा की अशाप्रकारे तुम्ही वाइट गोष्टीवर लक्ष केंद्रीत (फोकस) करीत राहिलात तर हे तुमच्या जीवनाला कशाप्रकारे जाळतील. तुम्ही मॅग्नेफाइंग काचेचा उपयोग करून अशाप्रकारचा प्रयोग करून पाहिलेला नसेल तर लगेच अशा प्रकारचा प्रयोग करून पहा आणि पहा की कसा कागद पेटतो.
- आजपासूनच आपला फोकस लक्ष (केंद्रीत करणे) वाईट कल्पना करण्यावर केंद्रीत करण्यापेक्षा या गोष्टीवर करू शकता की तुम्ही चांगल्यातले चांगले काय करू शकता आणि त्याला तुमची सवय बनवा.

प्रकरण-५३

अभ्यासाला सोपं बनवा

वेळ मुख्य गोष्ट नाही तर एकमेव गोष्ट आहे. -माइल्स डेविस

या पुस्तकातच मी यापुर्वीही नमुद केले आहे की मी कॉम्प्युटर या विषयापासून दूर पळत असे. कारण तो मला समजत नव्हता. माझ्यासाठी हा एक कठीण विषय होता. हे स्वभावीकच आहे की एखादा विषय आपल्याला कठीण वाटत असेल तर आपण त्यापासून दूरच रहातो. खुप साऱ्या गोष्टी आहेत ज्या मी या ठिकाणी सांगू इच्छितो पण एका पुस्तकात हे सगळं सांगता येणार नाही म्हणून मी केवळ तीन गोष्टी सांगणार आहे ज्या सोप्या असल्याने शिक्षणात लवकर प्रगती करू शकलो.

- डिंसेबर २००४ ची गोष्ट आहे. आमच्या गोरखपुर शहरात मेमोरीचे भारतीय रिकॉर्ड होल्डर आले होते. सोप्या भाषेत सांगायचे तर हे भारताचे अत्यंत चांगली

स्मरणशक्ती असणारी मंडळी होती. ते मोठी मोठी संख्या समोरून किंवा पाठीमागून कशीही सांगू शकत होते. शेकडो लोकांनी जरी त्यांना नावे सांगितली तरी ते थोडयावेळाने त्यांची नावे ते पुन्हा सांगू शकत होते. आम्ही मंडळीने त्यांची चकित करणारी कला पाहिले आहे. कार्यक्रम संपल्यावर त्यांच्याशी बोलल्यावर त्यांनी सांगितले की कोणीही असे करायचे ठरविले तर तो असे करू शकतो. यासाठी ते तीन दिवासाचा एक सेमिनार आयोजित करू लागले आहेत. त्यात ते सांगणार आहेत की स्मरणशक्ती कशी वाढवायची आणि त्याचे तंत्र काय आहे. या तीन दिवसाच्या सेमिनारची फीस तीन हजार रूपये होती. काय करावे असे मी वडिलाला विचारल्यावर त्यांनी मला जायला सांगितले आणि म्हणाले की काहीतरी खास असू शकते. त्यांचे म्हणणे खरे ठरले. त्या सेमिनारमध्ये मी अशा काही गोष्टी शिकलो की अनेक गोष्टी मी लवकर आणि सहज सांगू शकत होतो. सोबतच माझ्या हे पण लक्षात आले की माझ्या मेंदूतही स्मरण करू शकण्याची क्षमता आहे. मला फक्त त्या तंत्राचा उपयोग करायचा आहे. तुम्हाला जर हे तंत्र शिकायचे असेल तर इंटरनेटवर शोध घ्या किंवा एखाद्या पुस्तकाच्या दुकानावर जा आणि हे मेमोरी विकसित करण्याचं तंत्र शिकवणारं पुस्तक विकत घ्या. यामुळे तुमचा स्मरण करण्यात जो वळ वाया जातो तो जाणार नाही आणि स्मरण करणे सोपे होऊन जाइल.

- २०१०मध्ये मी अभ्यास करण्यासाठी एक लॅपटॉप विकत घेतला होता. त्यावेळी देखील खुप सारी पुस्तके विकत घेऊन वाचत असे. पण मला असे आढळले की ज्या लेखकानी ही पुस्तके लिहिली आहेत, त्यांचे आत्याधुनिक कोर्स इंटरनेटवर विडिओ फॉरमॅटमध्ये उपलब्ध आहेत. त्यांची पुस्तके वाचून मला सर्व माहिती मिळाली होतीच, पण त्यांच्या या कोर्समुळे तर गोष्टी अधिकच स्पष्ट आणि सोप्या झाल्या. तुम्ही या वेळी जे काही ज्ञान ग्रहण करीत आहात, इंटरनेटच्या या काळात या सर्व विषयावर तुमच्या शिक्षणाशी संबंधीत खुप सारे कोर्स इंटरनेटवर मोफत किंवा किरकोळ मोबदला घेऊन उपलब्ध आहेत. त्याचा फायदा घ्या.
- वाचकांच्या सोयीसाठी मी सतत सफलता आणि आत्म-सुधारणेच्या संदर्भात व्हिडीओ अपलोड करीत असतो. जे तुम्ही मोफत स्वरूपात राजलनीति चॅनलवर पाहू शकता. चॅनलची लिंक आहे- www.youtube.com/rajalneeti

❖ २०१२ची गोष्ट आहे. माझ्याकडे माझा पहिला स्मार्ट फोन आला होता ज्यात आवाज रेकॉर्ड करून ठेवण्याची सोय होती. याचा उपयोग मी माझ्या एलएलबीच्या शिक्षणासाठी केला. मी माझ्या सेमिस्टरच्या सर्व विषयाची महत्त्वपूर्ण नोटस् माझ्या आवाजात रेकॉर्ड करून ठेवल्या होत्या. मला ज्यावेळी आणि ज्या ठिकाणी वाटेल त्यावेळी मी ते इअरफोनच्या माध्यमातून पुन्हा पुन्हा ऐकू शकत होतो आणि त्यासाठी मला केवळ एकदा असे करावे लागले होते. तुम्हाला देखील एखादा स्मार्ट फोन विकत घेता येईल ज्यात अशाप्रकारची आवाज रेकॉर्ड करून ठेवण्याची सोय असेल. आणि या माध्यमातून एकदा कष्ट घेऊन त्याचा लाभ अनेकदा घेऊ शकता.

विद्यार्थ्यांसाठी वेळच्या व्यवस्थापना संदर्भात उपयोगी पडणाऱ्या बाबीः-

- तुम्ही तुमची अभ्यास करण्याची पद्धत सोपी कशी करू शकता ? किमान पाच अशा पद्धती तयार करा ज्यामुळे तुम्हाला अभ्यास करणे सोपे जाइल आणि नंतर त्यांची अमलबजावणी करा.

- लक्षात ठेवा सुरूवातीला सगळं कठीणच वाटतं. परंतु पुन्हा पुन्हा तेच तेच केल्याने ते सोपं वाटू लागतं. म्हणून कोणत्याही विषयाला घाबरू नका. उलट ते समजून घेण्याचा प्रयत्न करा आणि त्यांनतर जास्तीत जास्त माहिती मिळविण्याचे प्रयत्न करा.

प्रकरण-५४

परिक्षेच्या दिवशी

हळूवार प्रगती होत असल्याने घाबरून जाण्याचे कारण नाही, घाबरण्याची गरज आहे काहीच करीत नसाल तर. -अज्ञात

अनेक विद्यार्थी परिक्षेच्या दिवशी तणावात दिसतात. संशोधनात असे आढळून आले आहे की मेंदू तणावमुक्त असताना जितके चांगले काम करू शकतो तितके तो तणावात असताना करू शकत नाही. सोप्या शब्दात सांगायचे म्हणजे आपण असे काय करायला हवे की आपला मेंदू परिक्षेच्या काळात शांत राहिल. चला मा माझीच गोष्ट तुम्हाला सांगतो, मी विद्यार्थी असताना काय करीत होतो-

- परिक्षेच्या अगोदरची रात्र पूर्ण आणि शांत झोप घेण्यात घालवत असे.
- माझा प्रयत्न असायचा की परिक्षेच्या दिवशी कोणत्याही मित्रांची आणि माझी भेट होऊ नये, यामुळे असे होत असे की परिक्षेच्या दिवशी मी ज्यावेळी या

मित्रांना भेटत असे, मित्र विनाकारण परिक्षेत कोणते प्रश्न येतील किंवा येणार नाहीत, कशाचा अभ्यास केला आणि कशाचा बाकी आहे, याची चर्चा करतात आणि गोंधळ वाढवतात.

- परिक्षा केंद्रावर जाताना कॉपी किंवा पुस्तकाचा आधार घेत नव्हतो. त्यामुळे परिक्षेच्या आधी पुस्तक वाचून गोंधळ करून घेत नव्हतो.
- घरातून बाहेर पडल्यावर परिक्षा केंद्रापर्यंत जाताना हेडफोन लाऊन हानुमान चालिसा किंवा त्याची आरती ऐकत असे, ईश्वराकडे प्रार्थना करीत असे आणि मग परिक्षा देण्यासाठी जात असे.
- परिक्षा संपल्यानंतर माझ्या वर्गमित्रांना स्मितहास्य करून नमस्कार करीत असे आणि पेपर कसा गेला यावर जास्त चर्चा करीत नसे.
- घरी गेल्यावर ती प्रश्नपत्रिका कोठेतरी सुरक्षित ठिकाणी ठेवत असे. दुसऱ्या दिवशी पेपर असला तरी थोडा अराम करीत असे. कारण यामुळे मेंदूला आराम मिळत असे आणि मेंदूला उर्जा मिळत असे. पुन्हा दुसऱ्या पेपरचा अभ्यास करण्यासाठी मेंदू सज्ज असायचा.
- परिक्षेच्या दिवशी जास्त अभ्यास करीत नव्हतो. केवळ महत्त्वाच्या मुद्यांवरून नजर टाकत असे. नवीन विषय तर अजिबातच वाचत नसे.
- परिक्षेच्या दिवशी हलके जेवन करीत असे.

आता हे झाले माझ्या विषयी. या गोष्टी माझ्यासाठी फार उपयोगाच्या ठरल्या आणि यासारख्या गोष्टी अमलात आणल्यामुळे मी ९ डिग्रीज प्रमाणपत्र प्राप्त करू शकलो. तुम्हाला यापैकी जी पद्धत बरी वाटली असेल ती अमलात आणा आणि बाकी सोडून द्या. तशी मला आशा आहे की या पद्धतीमुळे मला जो फायदा झाला तो तुम्हालाही होइल आणि तुम्ही देखील यशस्वी होऊ शकता.

विद्यार्थ्यांसाठी वेळच्या व्यवस्थापना संदर्भात उपयोगी पडणाऱ्या बाबी:-

- तुम्ही देखील वेळ काढून विचार करा की तुम्ही परिक्षेच्या दिवशी काय करू शकता, ज्यामुळे तुमचे डोके शांत राहू शकते आणि परिक्षेच्या दरम्यान चांगली स्मरणशक्ती काम करील आणि परिणाम चांगला होइल.
- परिक्षेसाठी जोरदार तयारी करा म्हणजे तयारी केल्यावर आत्मविश्वास वाढतो. पण तुम्ही अजिबात तयारी केली नाही आणि आणि परिक्षेच्या दिवशी वाचत असाल तर त्यामुळे होणार तर काही नाही उलट गोंधळ वाढेल.

KEY POINTS

प्रकरण-५५

काही महत्त्वाच्या गोष्टी

व्यस्त असणे महत्त्वाचे नाही, महत्त्वाचे हे आहे की तुम्ही कोणत्या कामात व्यस्त आहात. -हेनरी डेविड थोरो

विद्यार्थ्यांसाठी टाइम मॅनेजमेंट या खंडात आपण अनेक विषयावर खूप सारी चर्चा केली आहे आणि या शेवटच्या प्रकरणात मी आणखी काही सल्ला देऊ इच्छितो जो शक्यतो तुमच्या उपयोगी पडू शकतो-

- इंग्रजीत एक म्हण आहे की एक चित्र हजार शब्दाची बरोबरी करणारे असते. वाचताना विषय समजून घ्या, कल्पना करा की हे कसे काम करते. किंवा हे कसे असेल किंवा कसे दिसेल आणि परिक्षेच्या वेळी देखील जर शक्य असेल तर समजून घेण्यासाठी चित्रांचा आधार घ्या.
- एकाच विष्यायावर अनेक लेखकांची पुस्तके वाचण्यापेक्षा एकाच पुस्तकावर लक्ष केंद्री करा आणि ते सगळं आत्मसात करा.
- प्रत्येक विद्यार्थ्याने हे समजून घेतले पाहिज की याचा कसा अभ्यास करायचा. काही विद्यार्थी बोलून, तर काही मनातली मनात मनन करून, तर काही लिहून

विषय समजून घेण्याचा प्रयत्न करतात. (माझ्याबद्दल सांगायचे झाले तर मी लिहून घेत असे म्हणजे मला समजत असे.) अशाप्रकारे टाइम टेबलही तुमच्या हिशोबाप्रमाणे तयार करा.

- वर्गात शिकवलेला विषय त्या दिवशी थोडा वेळ पुन्हा वाचला किंवा त्याची उजळणी केली तर विषय समजायला सोपा जातो. आणि परिक्षेच्या काळात त्याच्यावर नजर टाकल्यास तो तुम्हाला नवीन वाटत नाही आणि लक्षात ठेवायला पण सोपे होते.
- एखाद्या विषयावर किंवा प्रकरणावर जास्त वेळ खर्च करण्यापेक्षा सर्व विषय एकदाच वाचून घ्या आणि त्यांनतर पुन्हा तो विषय किंवा प्रकरण समजून घेण्याचा प्रयत्न करा.
- परिक्षेच्या दिवशी नवीन काही न वाचण्याचा प्रयत्न असू द्या.
- परिक्षेच्या दरम्यान असे होते की आपली तयारी चांगली झालेली असते. पण ज्यावेळी प्रश्नपत्रिका हातात पडते त्यावेळी सगळं काही विसरून जातो. आणि आपण स्वतःला विचारतो की हे असे कसे झाले. हा विषय तर मी खूप चांगला वाचला होता पण परिक्षा केंद्रातून बाहेर आल्यावर मात्र पुन्हा सगळं आठवायला लागतं. असे तणावामुळे होते. हा तणाव आपण स्वतः घेतलेला असतो. म्हणून तणावमुक्त रहा, मन प्रसन्न ठेवा आणि परिक्षा द्या.
- दुसऱ्यासोबत नाही तर स्वतःसोबत स्पर्धा करा. चांगली तयारी करा आणि प्रयत्न करा की उर्वरीत ईश्वरावर सोडून द्या.
- घाबरू नका तर विषय समजून घ्या.

विद्यार्थ्यांसाठी वेळच्या व्यवस्थापना संदर्भात उपयोगी पडणाऱ्या बाबी:-

- शिक्षण जीवनाचा भाग आहे जीवन नाही. त्यामुळे शिक्षणाला ओझे पण समजू नका आणि घाबरू पण नका. वास्तवात शिक्षण काय आहे तर ते जीवन चांगले जगण्यासाठी आपल्याला मदत करतं, म्हणून त्याला प्रगतीचे केवळ एक माध्यम समजून असा.
- प्रयत्न करणारांचे प्रयत्न कधी वाया जात नाही. अनेकदा व्यक्ती पहिल्या प्रयत्नातच यशस्वी होत नाही (मी देखील पहिल्या प्रयत्नात कधी यशस्वी झालो नव्हतो पण नंतर झालो) पण महत्त्वाचे हे आहे की तुम्ही तुमचे लक्ष उद्देशावर ठेवा. प्रयत्न चालू ठेवा. शेवटी यश तुम्हाला मिळणारच.

सारांश

मला जर कोणी विचारले की शेवटी वेळेचे व्यवस्थापन कशासाठी करायचे आहे, तर मी सांगेल की जीवनात संतूलन ठेवण्यासाठी. माझ्या लक्षात आले आहे की सामान्य व्यक्तीचे जीवन अगदीच फुटबॉलसारखे होऊन जाते. त्याला जे काही काम करायला मिळतं तो तेच काम करीत रहातो. सामान्य जीवनातली कामं आणि समस्यामध्ये तो असा भरकटकत जातो की तो त्याच्या स्वप्नाला पूर्ण करू शकत नाही आणि ईश्वराकडून मिळलेल्या प्रतिभेचा उपयोग न करताच या जगातून निघून जातो. सर्वांत दु:खद गोष्ट कोणती असेल तर ती ही आहे की तो त्याच्या परिवाराला वेळ देवू शकलेला नसतो. आपल्यासाठी महत्त्वाचे हे आहे की आपण त्या लोकांना जास्त वेळ द्यावा ज्यांच्यावर आपण प्रेम करतो अर्थात आपला परिवार. अलिकडच्या काळात आपण आपल्या परिवापासून दूर होत चाललो आहोत. आपल्याला आपल्याच मुलांना-बायकोला वेळ देणे कठीण झाले आहे. जीवनाचा अर्थ संतुलन आहे आणि म्हणूनच आपल्याला आपले जीवन संतुलित ठेवावे लागेल. तरच जीवन सार्थक होईल. संतुलनाचा अर्थ केवळ पैसा असा नाही तर सर्व क्षेत्रात जसे की निरोगी शरीर आणि मन आणि त्यासाठीच या पुस्तकात सांगितलेले वेळेचे व्यवस्थापन या संदर्भातल्या गोष्टी उपयोगी ठरतील अशी मला आशा आहे.

उज्ज्वल भविष्यासाठी माझ्या तुम्हाला शुभेच्छा आहेत !

हे पुस्तक तुम्हाला कसे वाटले जरूर सांगा. तुमची प्रतिक्रया आणि विचार माझ्यासाठी अनमोल आहेत.

Youtube : www.youtube.com/rajalneeti

Facebook : www.facebook.com/rajalneeti

Twitter : www.twitter.com/rajalneeti

Instagram : www.instagram.com/rajalneeti

राजलनीति टाइम मॅनेजमेंट पुस्तकाच्या प्रकाशनाप्रसंगी उत्तरप्रदेशचे माननीय मुख्यमंत्री श्री योगी आदित्यनाथ जींचे मनापासून आभार

संख्या- ओ-6 · 388/सीएम-2/2019

योगी आदित्यनाथ

मुख्य मंत्री
उत्तर प्रदेश

दिनांक 27 FEB 2019

प्रिय श्री राजल गुप्त जी,

आपकी पुस्तक 'राजलनीति टाइम मैनेजमेंट' के नवीन संस्करण की एक प्रति प्राप्त हुई, धन्यवाद।

यह अत्यन्त सराहनीय है कि पुस्तक को और अधिक उपयोगी बनाने के उद्देश्य से नवीन संस्करण में 40 पृष्ठों की अद्यतन सामग्री का समावेश किया गया है। मुझे आशा है कि समय प्रबन्धन पर लिखी गई यह पुस्तक पाठकों के लिये उपयोगी सिद्ध होगी।

सद्भावनाओं सहित,

आपका,

(योगी आदित्यनाथ)

श्री राजल गुप्त,
वॉच हाउस,
रेती का पुल,
गोरखपुर–273001,
उ०प्र०।

लाल बहादुर शास्त्री भवन, लखनऊ

मीडिया कवरेज

सराहा जा रहा राजलनीति का टाइम मैनेजमेंट

राजलनीति -2 : पुस्तक का विमोचन करते मुख्यमंत्री योगी आदित्यनाथ

गोरखपुर : टाइम मैनेजमेंट को लेकर युवा लेखक राजल गुप्ता द्वारा लिखी गई राजलनीति: 2 पुस्तक लोगों में खूब सराही जा रही है। इस किताब से आमजन को ऐसे सिद्धांतों की जानकारी मिल रही है, जिससे कोई भी व्यक्ति अपने समय का बेहतर प्रबंधन करके कम समय से आगे बढ़ सकता है। इस पुस्तक का लोकार्पण दो दिन पूर्व गोरखनाथ मंदिर में मुख्यमंत्री योगी आदित्यनाथ द्वारा किया गया।

लेखक राजल ने बताया कि इससे पूर्व के संस्करण राजलनीति-1 का लोकार्पण भी पिछले वर्ष योगी आदित्यनाथ द्वारा ही किया गया था। उन्होंने बताया कि राजलनीति-1 के पहले अध्याय 'बच्चे मुश्किल में हों तो मां ही काम आती है' को इंटरनेट पर पांच लाख से ज्यादा लोगों ने पढ़ा और सराहा है।

"दैनिक जागरण"
गोरखपुर
23/10/2017

सीएम ने किया राजल नीति-2 का विमोचन

GORAKHPUR (21 Oct): राजल नीति-2 टाइम मैनेजमेंट पुस्तक का विमोचन सीएम योगी आदित्यनाथ ने गोरखनाथ मंदिर परिसर में किया. उन्होंने इस पुस्तक की सफलता के लिए लेखक राजल को शुभकामनाएं दी. राजल नीति के पूर्व संस्करण का लोकार्पण भी उन्होंने ही किया था. इस पुस्तक के पहले अध्याय 'बच्चे मुश्किल में हों तो मां ही काम आती है' को इंटरनेट पर पांच लाख से ज्यादा लोगों ने पढ़ा और सराहा था. राजल नीति-2 के लेखक राजल ने कहा कि वे खुद भी एक युवा हैं इसलिए आज के युवाओं की अपेक्षाएं, उनकी समस्याओं से भलीभांति परिचित हैं. उन्होंने कहा कि हमारे देश के युवा अपने कीमती समय का इस्तेमाल अपने जीवन के लक्ष्य की प्राप्ति के लिए करें ताकि देश उन्नति की ओर अग्रसर हो. इस अवसर पर कामिनी, राजेश, पूनम, नीतू, साक्षी, विजयलक्ष्मी, नीरज वर्मा, धीरज वर्मा आदि लोग मौजूद रहे.

"दैनिक जागरण I-Next"
गोरखपुर
22/10/2017

सीएम ने राजलनीति 2 का किया विमोचन

गोरखपुर। मुख्यमंत्री योगी आदित्यनाथ ने युवा लेखक राजल की 'राजलनीति 2 टाइम मैनेजमेंट' का विमोचन किया। गोरखनाथ मंदिर में पुस्तक का विमोचन करते हुए उन्होंने राजल को आशीर्वाद प्रदान करते हुए शुभकामनाएं भी दी।

राजल ने कहा कि शीघ्र ही वे एक नई पुस्तक दी राजलनीति सीरीज टाइम मैनेजमेंट प्रकाशन के लिए तैयार है। उन्होंने कहा कि इस पुस्तकों से कोई भी व्यक्ति अपने समय का बेहतर प्रबंधन कर कम समय में ही स्वयं को आगे बढ़ा सकता है। इस अवसर पर शैवाल श्रीवास्तव, कामनी, राजेश, पूनम, नीतू, साक्षी, विजयलक्ष्मी, नीरज वर्मा, धीरज वर्मा उपस्थित रहे।

"हिंदुस्तान",
गोरखपुर 19/10/2017

मीडिया कवरेज

मुख्यमंत्री ने किया राजल नीति-2 का विमोचन

"राष्ट्रीय सहारा"
गोरखपुर 19/10/2017

मुख्यमंत्री ने किया राजलनीति -२ का लोकार्पण

"आज" गोरखपुर,19/10/2017

सीएम ने किया राजलनीति-2 का विमोचन

गोरखपुर। टाइम मैनेजमेंट संबंधित पुस्तक राजलनीति-2 का विमोचन सीएम योगी आदित्यनाथ ने किया। उन्होंने इस पुस्तक की सफलता के लिए लेखक राजल को आशीर्वाद दिया।

राजलनीति के पूर्व संस्करण का विमोचन भी महंत योगी आदित्यनाथ ने 19 अक्टूबर 2016 को किया था। इस पुस्तक के पहले अध्याय बच्चे मुश्किल में हों तो मां ही काम आती है को इंटरनेट पर पांच लाख से ज्यादा लोगों द्वारा पढ़ा और सराहा गया है। राजल ने इस पुस्तक को अपने नाना स्व. पुरुषोत्तम गुप्त व नानी स्व. सुषमा गुप्ता को समर्पित किया है। कहा कि आज वो जो भी हैं अपने दादा स्व. राधेश्याम गुप्त की प्रेरणा से हैं। जहां तक इस पुस्तक का विषय है मैं खुद भी एक युवा हूं और इसलिए आज के युवाओं की अपेक्षाएं, उनकी समस्याओं से भली भांति परिचित हूं। हमारे देश के युवा अपने कीमती समय का इस्तेमाल अपने जीवन के लक्ष्य की प्राप्ति के लिए करें और हमारा देश उन्नति की ओर अग्रसर हो। इस अवसर पर शैवाल श्रीवास्तव, कामनी, राजेश, पूनम, नीतू, स्वाति, विजयलक्ष्मी, नीरज वर्मा, धीरज वर्मा आदि उपस्थित थे।

"तूफान : शान ए पूर्वांचल",गोरखपुर
22/10/2017

GFR Gorakhpur News
18 Oct at 16:16

पुस्तक को भारत सरकार द्वारा कॉपीराइट भी प्राप्त है। यह पुस्तक अमेज़न जैसी ऑनलाइन वेबसाइट पर भी उपलब्ध होगी।
https://www.facebook.com/GorakhpurLive/
http://gorakhpur.finalreport.in/

सीएम योगी ने किया राजलनीति 2 का लोकार्पण
गोरखपुर: मुख्यमंत्री योगी आदित्यनाथ ने बुद्धवार को राजलनीति 2...
gorakhpur.finalreport.in

गोरखपुर न्यूज़ फ़ाइनल रिपोर्ट

मुख्यमंत्री ने किया राजलनीति 2 का लोकार्पण
गोरखपुर : राजलनीति 2 टाइम मैनेजमेंट पुस्तक का लोकार्पण...
newslivendia.com

न्यूज़ लाइव इंडिया . कॉम

'गोरखपुर : CM योगी आदित्यनाथ ने किया 'राजलनीति 2' का विमोचन' Eenadu India Hindi -

गोरखपुर : CM योगी आदित्यनाथ ने किया 'राजलनीति 2' का विमोचन
hindi.eenaduindia.com

ईनाडु इंडिया . कॉम

गोरखपुर में मुख्यमंत्री योगी आदित्यनाथ ने किया राजनीति 2 का लोकार्पण
gorakhpurtimes.com

Gorakhpur Times
October 18 at 3:44pm

गोरखपुर में मुख्यमंत्री योगी आदित्यनाथ ने किया राजलनीति 2 का लोकार्पण

गोरखपुर टाइम्स . कॉम

मीडिया कवरेज

''भारत के माननीय उपराष्ट्रपति श्री वेंकैया नायडू जी ने राजलनीति टाइम मैनेजमेंट पुस्तक को अपनी शुभकामनाएं दी''

उपराष्ट्रपति ने राजलनीति किताब के लिए दी बधाई

गोरखपुर। देश के उपराष्ट्रपति वेंकैया नायडू ने शहर के युवा लेखक राजल गुप्त की किताब 'राजलनीति' के लिए उन्हें शुभकामना दी है। मंगलवार को राजल ने बताया कि उपराष्ट्रपति के निजी सचिव एन युवराज ने पत्र भेजकर किताब मिलने की पुष्टि की है। साथ ही शुभकामना संदेश भी दिया है।

''हिन्दुस्तान'', गोरखपर

उप राष्ट्रपति ने दी 'राजलनीति-2' के लिए शुभकामना

गोरखपुर (एसएनबी)। भारत के उप राष्ट्रपति वेंकैया नायडू ने युवा लेखक राजल को उनकी पुस्तक 'राजलनीति-2' के लिए शुभकामनाएं दी हैं। इस पुस्तक का विषय समय प्रबंधन है। राजल को उप राष्ट्रपति ने एक पत्र के माध्यम से अपनी शुभकामनाएं दी। राजलनीति-2 का विमोचन इसी वर्ष उत्तर प्रदेश के मुख्यमंत्री महंत योगी आदित्यनाथ ने किया था। वर्ष 2006 में महंत योगी आदित्यनाथ ने ही राजलनीति के प्रथम संस्करण का भी विमोचन किया था। राजलनीति-2 ऐसे सिद्धांत बताती है जिन पर चलकर व्यक्ति अपने समय का बेहतर प्रबंधन करके कम समय में ही काफी आगे बढ़ सकता है। लेखक राजल ने बताया कि पुस्तकों की लोकप्रियता का देखते हुए राजलनीति तथा राजलनीति-2 का अंग्रेजी संस्करण भी जल्द ही उपलब्ध होगा।

''राष्ट्रीय सहारा'', गोरखपुर

आभार...

- माझे वडील (दादाजी) स्वर्गीय राधेश्याम गुप्तजी माझे आदर्श, माझे प्रेरणास्त्रोत, आज मी जो काही आहे त्यांच्यामुळेच.
- स्वर्गीय डॉ. कीर्तिबाला (आत्या)
- राजलनीति टाइम मॅनेजमेंट समर्पित आहे माझ्या आजोबा स्वर्गीय पुरूषोत्तम चंद्र गुप्तजी व आजी स्वर्गीय सुषमा गुप्ताजी यांना.
- ऱ्हदयापासून आभारी माझ्या अम्माजीचे (दादीजी) श्रीमती कामिनी देवी गुप्ता जीचें ज्यांचा आशिर्वाद आणि मार्गदर्शन माझ्या कुटुंबावर सदैव कायम राहिले.

मनापासून आभार

- वाचकांचे-आपल्या प्रेमाने आणि विश्वासानेच राजलनीति टाइम मॅनेजमेंटला एका उंचीवर घेऊन जाता आले.
- डाइमड ग्रुपचे चेअरमन आदरनीय श्री नरेंद्रजी यांचे-राजलनीति टाइम मॅनेजमेंटला अधिकच सुधारीत करण्याची प्रेरणा त्यांच्याकडून मला मिळाली.

www.ingramcontent.com/pod-product-compliance
Lightning Source LLC
LaVergne TN
LVHW101944220826
846093LV00006B/103

* 9 7 8 9 3 5 4 8 6 7 6 1 3 *